TRANZLATY

La lingua è per tutti

Tungumál er fyrir alla

Il richiamo della foresta

Kallið í villidýrinu

Jack London

Italiano / Íslenska

Nel primitivo
Inn í frumstæðni

Buck non leggeva i giornali.

Buck las ekki blöðin.

Se avesse letto i giornali avrebbe saputo che i guai si stavano avvicinando.

Hefði hann lesið blöðin hefði hann vitað að vandræði væru í uppsiglingu.

Non erano guai solo per lui, ma per tutti i cani da caccia.

Það voru ekki aðeins vandræði fyrir hann sjálfan, heldur fyrir alla sjávarfalahunda.

Ogni cane con muscoli forti e pelo lungo e caldo sarebbe stato nei guai.

Allir hundar með vöðvastælta úlnlið og heitt, langt feld myndu lenda í vandræðum.

Da Puget Bay a San Diego nessun cane poteva sfuggire a ciò che stava per accadere.

Frá Puget-flóa til San Diego gat enginn hundur sloppið við það sem var í vændum.

Gli uomini, brancolando nell'oscurità artica, avevano trovato un metallo giallo.

Menn, sem þreifuðu í myrkrinu á norðurslóðum, höfðu fundið gulan málm.

Le compagnie di navigazione a vapore e di trasporto erano alla ricerca della scoperta.

Gufuskipa- og flutningafyrirtæki eltu uppgötvunina.

Migliaia di uomini si riversarono nel Nord.

Þúsundir manna þustu inn í Norðurlandið.

Questi uomini volevano dei cani, e i cani che volevano erano cani pesanti.

Þessir menn vildu hunda, og hundarnir sem þeir vildu voru þungir hundar.

Cani dotati di muscoli forti per lavorare duro.

Hundar með sterka vöðva til að strita með.

Cani con il pelo folto che li protegge dal gelo.

Hundar með loðinn feld til að vernda þá fyrir frosti.

Buck viveva in una grande casa nella soleggiata Santa Clara Valley.

Buck bjó í stóru húsi í sólkysstu Santa Clara-dalnum.

La casa del giudice Miller era chiamata così.

Hús dómara Millers, var kallað.

La sua casa era nascosta tra gli alberi, lontana dalla strada.

Hús hans stóð til hliðar frá veginum, hálf falið meðal trjánna.

Si poteva intravedere l'ampia veranda che circondava la casa.

Maður gat fengið innsýn í breiða veröndina sem lá umhverfis húsið.

Si accedeva alla casa tramite vialetti ghiaiosi.

Aðkoma að húsinu var um malbikaðar innkeyrslur.

I sentieri si snodavano attraverso ampi prati.

Göngustígarnir lágu um víðfeðmar grasflötur.

In alto si intrecciavano i rami degli alti pioppi.

Fyrir ofan voru fléttaðar greinar hárra ösptrjáa.

Nella parte posteriore della casa le cose erano ancora più spaziose.

Að aftanverðu í húsinu var enn rúmbetra.

C'erano grandi scuderie, dove una dozzina di stallieri chiacchieravano

Þar voru stór hesthús, þar sem tylft brúðguma voru að spjalla saman

C'erano file di cottage per i servi ricoperti di vite

Þar voru raðir af vínviðarklæddum þjónustuhúsum

E c'era una serie infinita e ordinata di latrine

Og þar var endalaus og skipulögð röð útihúsa

Lunghi pergolati d'uva, pascoli verdi, frutteti e campi di bacche.

Langar vínberjaskálar, grænir hagar, ávaxtargarðar og berjatré.

Poi c'era l'impianto di pompaggio per il pozzo artesiano.

Þá var þar dælustöðin fyrir handgerða brunninn.

E c'era la grande cisterna di cemento piena d'acqua.

Og þar var stóri sementtankurinn fullur af vatni.

Qui i ragazzi del giudice Miller hanno fatto il loro tuffo mattutino.

Hér tóku drengir dómara Millers morgundýfu sína.

E lì si rinfrescavano anche nel caldo pomeriggio.

Og þau kældu sig líka þar í heitum síðdegis.

E su questo grande dominio, Buck era colui che lo governava tutto.

Og yfir þessu mikla léni réði Buck öllu.

Buck nacque su questa terra e visse qui tutti i suoi quattro anni.

Buck fæddist á þessu landi og bjó hér öll sín fjögur ár.

C'erano effettivamente altri cani, ma non avevano molta importanza.

Það voru vissulega aðrir hundar, en þeir skiptu í raun engu máli.

In un posto vasto come questo ci si aspettava la presenza di altri cani.

Búist var við öðrum hundum á jafn víðáttumiklum stað og þessum.

Questi cani andavano e venivano oppure vivevano nei canili affollati.

Þessir hundar komu og fóru, eða bjuggu inni í annasömum hundahúsum.

Alcuni cani vivevano nascosti in casa, come Toots e Ysabel.

Sumir hundar bjuggu í földum húsinu, eins og Toots og Ysabel gerðu.

Toots era un carlino giapponese, Ysabel una cagnolina messicana senza pelo.

Toots var japanskur mopshundur en Ysabel var mexíkóskur hárlaus hundur.

Queste strane creature raramente uscivano di casa.

Þessar furðulegu verur fóru sjaldan út fyrir húsið.

Non toccarono terra né annusarono l'aria esterna.

Þau snertu ekki jörðina né lyktuðu út í bert loftið fyrir utan.

C'erano anche i fox terrier, almeno una ventina.

Þar voru líka foxterrierarnir, að minnsta kosti tuttugu að tölu.

Questi terrier abbaiavano ferocemente a Toots e Ysabel in casa.

Þessir terrierhundar geltu grimmilega á Toots og Ysabel innandyra.

Toots e Ysabel rimasero dietro le finestre, al sicuro da ogni pericolo.

Toots og Ysabel dvöldu á bak við glugga, óhultar fyrir meiðsli.

Erano sorvegliati da domestiche armate di scope e stracci.

Þey voru gætt af vinnukonum með kústum og moppum.

Ma Buck non era un cane da casa e nemmeno da canile.

En Buck var enginn húshundur og hann var heldur enginn hundahundur.

L'intera proprietà apparteneva a Buck come suo legittimo regno.

Öll eignin tilheyrði Buck sem hans réttmæta ríki.

Buck nuotava nella vasca o andava a caccia con i figli del giudice.

Buck synti í fiskibúrinu eða fór á veiðar með sonum dómarans.

Camminava con Mollie e Alice nelle prime ore del mattino o tardi.

Hann gekk með Mollie og Alice snemma eða seint á kvöldin.

Nelle notti fredde si sdraiava davanti al fuoco della biblioteca insieme al giudice.

Á köldum nóttum lá hann fyrir framan arineldinn í bókasafninu með dómaranum.

Buck accompagnava i nipoti del giudice sulla sua robusta schiena.

Buck ók barnabörnum dómarans á sterkum baki sínum.

Si rotolava nell'erba insieme ai ragazzi, sorvegliandoli da vicino.

Hann velti sér í grasinu með strákunum og gætti þeirra náið.

Si avventurarono fino alla fontana e addirittura oltre i campi di bacche.

Þau voguðu sér að gosbrunninum og jafnvel fram hjá berjaökrunum.

Tra i fox terrier, Buck camminava sempre con orgoglio regale.

Meðal foxterrieranna gekk Buck alltaf með konunglega stolti.

Ignorò Toots e Ysabel, trattandoli come se fossero aria.

Hann hunsaði Toots og Ysabel og kom fram við þau eins og þau væru loft.

Buck governava tutte le creature viventi sulla terra del giudice Miller.

Buck réði yfir öllum lifandi verum á landi dómara Millers.

Dominava gli animali, gli insetti, gli uccelli e perfino gli esseri umani.

Hann réði yfir dýrum, skordýrum, fuglum og jafnvel mönnum.

Il padre di Buck, Elmo, era un enorme e fedele San Bernardo.

Faðir Bucks, Elmo, hafði verið risastór og tryggur Sankti Bernharðshundur.

Elmo non si allontanò mai dal Giudice e lo servì fedelmente.

Elmo vék aldrei frá dómaranum og þjónaði honum dyggilega.

Buck sembrava pronto a seguire il nobile esempio del padre.

Buck virtist tilbúinn að fylgja göfugu fordæmi föður síns.

Buck non era altrettanto grande: pesava sessanta chili.

Buck var ekki alveg eins stór, vó hundrað og fjörutíu pund.

Sua madre, Shep, era una splendida cagnolina da pastore scozzese.

Móðir hans, Shep, hafði verið góður skoskur fjárhundur.

Ma nonostante il suo peso, Buck camminava con una presenza regale.

En jafnvel með þessari þyngd gekk Buck með konunglegri nærveru.

Ciò derivava dal buon cibo e dal rispetto che riceveva sempre.

Þetta kom frá góðum mat og þeirri virðingu sem hann naut alltaf.

Per quattro anni Buck aveva vissuto come un nobile viziato.

Í fjögur ár hafði Buck lifað eins og spilltur aðalsmaður.

Era orgoglioso di sé stesso e perfino un po' egocentrico.

Hann var stoltur af sjálfum sér, og jafnvel dálítið sjálfselskur.

Quel tipo di orgoglio era comune tra i signori delle campagne remote.

Þessi tegund af stolti var algeng meðal afskekktra sveitahöfðingja.

Ma Buck si salvò dal diventare un cane domestico viziato.

En Buck bjargaði sér frá því að verða dekurhundur í húsinu.

Rimase snello e forte grazie alla caccia e all'esercizio fisico.

Hann hélt sér grannum og sterkum í gegnum veiðar og hreyfingu.

Amava profondamente l'acqua, come chi si bagna nei laghi freddi.

Hann elskaði vatnið innilega, eins og fólk sem baðar sig í köldum vötnum.

Questo amore per l'acqua mantenne Buck forte e molto sano.

Þessi ást á vatni hélt Buck sterkum og mjög heilbrigðum.

Questo era il cane che Buck era diventato nell'autunno del 1897.

Þetta var hundurinn sem Buck hafði orðið haustið 1897.

Quando lo sciopero del Klondike spinse gli uomini verso il gelido Nord.

Þegar árásin í Klondike dró menn til hins frosna norðurs.

Da ogni parte del mondo la gente accorse in massa verso la fredda terra.

Fólk streymdi hvaðanæva að úr heiminum inn í kalda landið.

Buck, tuttavia, non leggeva i giornali e non capiva le notizie.

Buck las hins vegar hvorki blöðin né skildi fréttir.

Non sapeva che Manuel fosse una persona cattiva con cui stare.

Hann vissi ekki að það væri vondur maður að vera nálægt Manuel.

Manuel, che aiutava in giardino, aveva un grosso problema.

Manuel, sem hjálpaði til í garðinum, átti við alvarleg vandamál að stríða.

Manuel era dipendente dal gioco d'azzardo alla lotteria cinese.

Manuel var háður fjárhættuspilum í kínverska lottóinu.

Credeva fermamente anche in un sistema fisso per vincere.
Hann trúði einnig staðfastlega á fastmótað kerfi til að sigra.
Questa convinzione rese il suo fallimento certo e inevitabile.
Sú trú gerði mistök hans örugg og óhjákvæmileg.
Per giocare con un sistema erano necessari soldi, soldi che a
Manuel mancavano.
Að spila kerfi krefst peninga, sem Manuel skorti.
Il suo stipendio bastava a malapena a sostenere la moglie e i
numerosi figli.
Laun hans dugðu varla til að framfleyta konu hans og mörg
börn.
La notte in cui Manuel tradì Buck, tutto era normale.
Nóttina sem Manuel sveik Buck voru hlutirnir eðlilegir.
Il giudice si trovava a una riunione dell'Associazione dei
coltivatori di uva passa.
Dómarinn var á fundi rúsínuræktendafélags.
A quel tempo i figli del giudice erano impegnati a fondare
un club sportivo.
Synir dómarans voru þá uppteknir við að stofna íþróttafélag.
Nessuno vide Manuel e Buck uscire dal frutteto.
Enginn sá Manuel og Buck fara út um ávaxtargarðinn.
Buck pensava che questa fosse solo una semplice
passeggiata notturna
Buck hélt að þessi göngutúr væri bara einföld næturrölt.
Incontrarono un solo uomo alla stazione della bandiera, a
College Park.
Þau hittu aðeins einn mann á fánastöðinni, í College Park.
Quell'uomo parlò con Manuel e si scambiarono i soldi.
Maðurinn talaði við Manuel og þeir skiptu á peningum.
"Imballa la merce prima di consegnarla", suggerì.
„Pakkaðu vörunum inn áður en þú afhendir þær," lagði hann
til.
La voce dell'uomo era roca e impaziente mentre parlava.
Rödd mannsins var hrjúf og óþolinmóð er hann talaði.
Manuel legò con cura una corda spessa attorno al collo di
Buck.
Manuel batt vandlega þykkt reipi um háls Bucks.

"Se giri la corda, lo strangolerai di brutto".
„Snúðu reipinu og þú munt kæfa hann mikið"
Lo straniero emise un grugnito, dimostrando di aver capito
bene.
Ókunnugi maðurinn möglaði, sem sýndi að hann skildi vel.
Quel giorno Buck accettò la corda con calma e silenziosa
dignità.
Buck tók við reipinu með ró og ró og reisn þann dag.
Era un atto insolito, ma Buck si fidava degli uomini che
conosceva.
Þetta var óvenjuleg athöfn, en Buck treysti mönnunum sem
hann þekkti.
Credeva che la loro saggezza andasse ben oltre il suo
pensiero.
Hann trúði því að viska þeirra færi langt fram úr hans eigin
hugsun.
Ma poi la corda venne consegnata nelle mani dello straniero.
En þá var reipið afhent ókunnugum manni.
Buck emise un ringhio basso che suonava come un
avvertimento e una minaccia silenziosa.
Buck urraði lágt sem varaði hann við með hljóðlátri ógnun.
Era orgoglioso e autoritario e intendeva mostrare il suo
disappunto.
Hann var stoltur og valdsmaður og ætlaði sér að sýna
óánægju sína.
Buck credeva che il suo avvertimento sarebbe stato
interpretato come un ordine.
Buck taldi að viðvörun hans yrði skilin sem skipun.
Con suo grande stupore, la corda si strinse rapidamente
attorno al suo grosso collo.
Honum til mikillar undrunar hertist reipið fast um þykkan
háls hans.
Gli mancò l'aria e cominciò a lottare in preda a una rabbia
improvvisa.
Loft hans var skorið af og hann byrjaði að berjast í skyndilegri
reiði.

Si lanciò verso l'uomo, che si lanciò rapidamente contro Buck a mezz'aria.

Hann stökk á manninn, sem mætti Buck í loftinu þegar í stað.

L'uomo afferrò Buck per la gola e lo fece ruotare abilmente in aria.

Maðurinn greip um háls Bucks og snéri honum listilega upp í loftið.

Buck venne scaraventato a terra con violenza, atterrando sulla schiena.

Buck féll harkalega niður og lenti flatt á bakinu.

La corda ora lo strangolava crudelmente mentre lui scalciava selvaggiamente.

Reipið kæfði hann nú grimmilega á meðan hann sparkaði villt.

La sua lingua cadde fuori, il suo petto si sollevò, ma non riprese fiato.

Tungan féll út, brjóst hans kipptist til, en hann náði ekki andanum.

Non era mai stato trattato con tanta violenza in vita sua.

Hann hafði aldrei á ævi sinni verið sýndur slíku ofbeldi.

Non era mai stato così profondamente invaso da una rabbia così profonda.

Hann hafði heldur aldrei áður verið fullur jafn djúprar reiði.

Ma il potere di Buck svanì e i suoi occhi diventarono vitrei.

En kraftur Bucks dofnaði og augu hans urðu gljáandi.

Svenne proprio mentre un treno veniva fermato lì vicino.

Hann missti meðvitund rétt þegar lest var að stöðva þar í grenndinni.

Poi i due uomini lo caricarono velocemente nel vagone bagagli.

Þá köstuðu mennirnir tveir honum í skyndi inn í farangursvagninn.

La cosa successiva che Buck sentì fu dolore alla lingua gonfia.

Það næsta sem Buck fann var sársauki í bólginni tungunni.

Si muoveva su un carro traballante, solo vagamente cosciente.

Hann var að hreyfa sig í skjálfandi vagni, aðeins með daufa meðvitund.

Il fischio acuto di un treno rivelò a Buck la sua posizione.

Hvöss flaut lestarstöðvarinnar sagði Buck hvar hann var.

Aveva spesso cavalcato con il Giudice e conosceva quella sensazione.

Hann hafði oft riðið með dómaranum og þekkti tilfinninguna.

Fu un'esperienza unica viaggiare di nuovo in un vagone bagagli.

Það var einstakt sjokk að ferðast aftur í farangursvagni.

Buck aprì gli occhi e il suo sguardo ardeva di rabbia.

Buck opnaði augun og augnaráð hans brann af reiði.

Questa era l'ira di un re orgoglioso detronizzato.

Þetta var reiði stolts konungs sem tekinn var af hásæti sínu.

Un uomo allungò la mano per afferrarlo, ma Buck colpì per primo.

Maður rétti út höndina til að grípa hann, en Buck hjó fyrst til.

Affondò i denti nella mano dell'uomo e la strinse forte.

Hann setti tennurnar í hönd mannsins og hélt fast í hana.

Non mi lasciò andare finché non svenne per la seconda volta.

Hann sleppti ekki fyrr en hann missti meðvitund í annað sinn.

"Sì, ha degli attacchi", borbottò l'uomo al facchino.

„Já, fær köst,“ muldraði maðurinn að farangursmanninum.

Il facchino aveva sentito la colluttazione e si era avvicinato.

Farangursmaðurinn hafði heyrt átökin og kom nær.

"Lo porto a Frisco per conto del capo", spiegò l'uomo.

„Ég fer með hann til Frisco fyrir yfirmanninn,“ útskýrði maðurinn.

"C'è un bravo dottore per cani che dice di poterli curare."

„Þar er góður hundalæknir sem segist geta læknað þá.“

Più tardi quella notte l'uomo raccontò la sua versione completa.

Seinna um kvöldið gaf maðurinn sína eigin fullu frásögn.

Parlava da un capannone dietro un saloon sul molo.

Hann talaði úr skúr fyrir aftan krá á bryggjunni.

"Mi hanno dato solo cinquanta dollari", si lamentò con il gestore del saloon.

„Ég fékk bara fimmtíu dollara," kvartaði hann við kráarmanninn.

"Non lo rifarei, nemmeno per mille dollari in contanti."

„Ég myndi ekki gera þetta aftur, ekki einu sinni fyrir þúsund í reiðufé."

La sua mano destra era strettamente avvolta in un panno insanguinato.

Hægri hönd hans var þétt vafin inn í blóðugan klút.

La gamba dei suoi pantaloni era completamente strappata dal ginocchio al piede.

Buxnaskálminn hans var rifinn gátt frá hné niður að tám.

"Quanto è stato pagato l'altro tizio?" chiese il gestore del saloon.

„Hvað fékk hinn krakkanum greitt?" spurði kráarmaðurinn.

«Cento», rispose l'uomo, «non ne accetterebbe uno in meno».

„Hundrað," svaraði maðurinn, „hann myndi ekki þiggja eyri minna."

"Questo fa centocinquanta", disse il gestore del saloon.

„Það eru hundrað og fimmtíu," sagði kráarmaðurinn.

"E lui li merita tutti, altrimenti non sono meglio di uno stupido."

„Og hann er þess virði, annars er ég ekki betri en fáviti."

L'uomo aprì gli involucri per esaminarsi la mano.

Maðurinn opnaði umbúðirnar til að skoða hönd sína.

La mano era gravemente graffiata e ricoperta di croste di sangue secco.

Höndin var illa rifin og þakin þurrkuðu blóði.

"Se non mi viene l'idrofobia..." cominciò a dire.

„Ef ég fæ ekki vatnsfælnina ..." byrjaði hann að segja.

"Sarà perché sei nato per impiccarti", giunse una risata.

„Það verður af því að þú fæddist til að hanga," heyrðist hlátur.

"Aiutami prima di partire", gli chiesero.

„Komdu og hjálpaðu mér áður en þú ferð," var hann beðinn um að gera það.

Buck era stordito dal dolore alla lingua e alla gola.

Buck var í ringlun af verkjum í tungu og hálsi.

Era mezzo strangolato e riusciva a malapena a stare in piedi.

Hann var hálfkyrktur og gat varla staðið uppréttur.

Ciononostante, Buck cercò di affrontare gli uomini che lo avevano ferito così duramente.

Samt reyndi Buck að horfast í augu við mennina sem höfðu sært hann svo mikið.

Ma lo gettarono a terra e lo strangolarono ancora una volta.

En þeir köstuðu honum niður og kæfðu hann enn á ný.

Solo allora riuscirono a segargli il pesante collare di ottone.

Þá fyrst gátu þeir sagað af honum þunga messingkragann.

Tolsero la corda e lo spinsero in una cassa.

Þeir fjarlægðu reipið og tróðu honum ofan í kassa.

La cassa era piccola e aveva la forma di una gabbia di ferro grezza.

Kistlan var lítil og í laginu eins og gróft járnbúr.

Buck rimase lì per tutta la notte, pieno di rabbia e di orgoglio ferito.

Buck lá þar alla nóttina, fullur reiði og særðs stolts.

Non riusciva nemmeno a capire cosa gli stesse succedendo.

Hann gat ekki byrjað að skilja hvað var að gerast við hann.

Perché quegli strani uomini lo tenevano in quella piccola cassa?

Hvers vegna voru þessir undarlegu menn að halda honum í þessum litla búr?

Cosa volevano da lui e perché questa crudele prigionia?

Hvað vildu þeir honum, og hvers vegna þessi grimmilega fangahald?

Sentì una pressione oscura e la sensazione che il disastro si avvicinasse.

Hann fann fyrir dimmum þrýstingi; tilfinningu um að ógæfa væri að nálgast.

Era una paura vaga, ma si impadronì pesantemente del suo spirito.

Þetta var óljós ótti, en hann setti þungt strik í anda hans.

Diverse volte sobbalzò quando la porta del capanno sbatteva.

Nokkrum sinnum stökk hann upp þegar skúrhurðin nötraði.

Si aspettava che il giudice o i ragazzi apparissero e lo salvassero.

Hann bjóst við að dómarinn eða strákarnir myndu birtast og bjarga honum.

Ma ogni volta solo la faccia grassa del gestore del saloon faceva capolino all'interno.

En aðeins feita andlit kráareigandans kíkti inn í hvert skipti.

Il volto dell'uomo era illuminato dalla debole luce di una candela di sego.

Andlit mannsins var lýst upp af daufri birtu frá tólgkerti.

Ogni volta, il latrato gioioso di Buck si trasformava in un ringhio basso e arrabbiato.

Í hvert skipti breyttist glaðvært gelt Bucks í lágt, reiðilegt urr.

Il gestore del saloon lo ha lasciato solo per la notte nella cassa

Kjöthússtjórinn skildi hann eftir einan í búrinu um nóttina.

Ma quando si svegliò la mattina seguente, altri uomini stavano arrivando.

En þegar hann vaknaði um morguninn komu fleiri menn.

Arrivarono quattro uomini e, con cautela, sollevarono la cassa senza dire una parola.

Fjórir menn komu og tóku kassann varlega upp án þess að segja orð.

Buck capì subito in quale situazione si trovava.

Buck vissi strax í hvaða stöðu hann var staddur.

Erano ulteriori tormentatori che doveva combattere e temere.

Þau voru enn frekari kvalarar sem hann þurfti að berjast við og óttast.

Questi uomini apparivano malvagi, trasandati e molto mal curati.

Þessir menn litu út fyrir að vera illgjarnir, tötralegir og mjög illa snyrtir.

Buck ringhiò e si lanciò contro di loro con furia attraverso le sbarre.

Buck urraði og þaut grimmilega á þá í gegnum rimlana.

Si limitarono a ridere e a colpirlo con lunghi bastoni di legno.

Þau bara hlógu og stungu í hann með löngum tréprikum.

Buck morse i bastoncini, poi capì che era quello che gli piaceva.

Buck beit í prikin en áttaði sig svo á að það var það sem þeim líkaði.

Così si sdraiò in silenzio, imbronciato e acceso da una rabbia silenziosa.

Svo lagðist hann niður hljóður, dapur og brennandi af hljóðlátri reiði.

Caricarono la cassa su un carro e se ne andarono con lui.

Þau lyftu kassanum upp í vagn og óku á brott með hann.

La cassa, con Buck chiuso dentro, cambiò spesso proprietario.

Kistunni, með Buck læstan inni í henni, skipti oft um hendur.

Gli impiegati dell'ufficio espresso presero in mano la situazione e si occuparono di lui per un breve periodo.

Starfsmenn hraðskrifstofunnar tóku við stjórninni og afgreiddu hann stuttlega.

Poi un altro carro trasportò Buck attraverso la rumorosa città.

Þá bar annar vagn Buck þvert yfir hávaðasama bæinn.

Un camion lo portò con sé scatole e pacchi su un traghetto.

Vörubíll flutti hann með kassa og pakka um borð í ferju.

Dopo l'attraversamento, il camion lo scaricò presso un deposito ferroviario.

Eftir að hafa farið yfir svæðið losaði vörubíllinn hann við járnbrautarstöð.

Alla fine Buck venne fatto salire a bordo di un vagone espresso in attesa.

Loksins var Buck settur inn í hraðvagn sem beið hans.

Per due giorni e due notti i treni trascinarono via il vagone espresso.

Í tvo daga og nætur drógu lestir hraðvagninn burt.

Buck non mangiò né bevve durante tutto il doloroso viaggio.

Buck hvorki át né drakk alla þessa erfiðu ferð.

Quando i messaggeri cercarono di avvicinarlo, lui ringhiò.

Þegar hraðboðarnir reyndu að nálgast hann urraði hann.

Risposero prendendolo in giro e prendendolo in giro crudelmente.

Þau svöruðu með því að hæðast að honum og stríða honum grimmilega.

Buck si gettò contro le sbarre, schiumando e tremando

Buck kastaði sér að börunum, froðufullur og skjálfandi.

risero sonoramente e lo presero in giro come i bulli della scuola.

Þau hlógu hátt og hæddu hann eins og eineltisþjófar í skólanum.

Abbaiavano come cani finti e agitavano le braccia.

Þeir geltu eins og gervihundar og veifuðu höndunum.

Arrivarono persino a cantare come galli, solo per farlo arrabbiare ancora di più.

Þeir gólu meira að segja eins og hanar bara til að pirra hann enn frekar.

Era un comportamento sciocco e Buck sapeva che era ridicolo.

Þetta var heimskuleg hegðun, og Buck vissi að það var fáránlegt.

Ma questo non fece altro che accrescere il suo senso di indignazione e vergogna.

En það jók aðeins reiði hans og skömm.

Durante il viaggio la fame non lo disturbò molto.

Hann var ekki mikið fyrir hungri í ferðinni.

Ma la sete portava con sé dolori acuti e sofferenze insopportabili.

En þorstinn olli miklum sársauka og óbærilegum þjáningum.

La sua gola secca e infiammata e la lingua bruciavano per il calore.

Þurr, bólginn háls hans og tunga brann af hita.

Questo dolore alimentava la febbre che cresceva nel suo corpo orgoglioso.

Þessi sársauki nærði hitann sem steig upp í stoltum líkama hans.

Durante questa prova Buck fu grato per una sola cosa.

Buck var þakklátur fyrir eitt í þessum réttarhöldum.

Gli avevano tolto la corda dal grosso collo.

Reipið hafði verið fjarlægt af þykkum hálsi hans.

La corda aveva dato a quegli uomini un vantaggio ingiusto e crudele.

Reipið hafði gefið þessum mönnum ósanngjarnan og grimmilegan forskot.

Ora la corda non c'era più e Buck giurò che non sarebbe mai più tornata.

Nú var reipið horfið og Buck sór þess eið að það myndi aldrei koma aftur.

Decise che nessuna corda gli sarebbe mai più passata intorno al collo.

Hann ákvað að ekkert reipi skyldi nokkurn tímann ganga um hálsinn á honum framar.

Per due lunghi giorni e due lunghe notti soffrì senza cibo.

Í tvo langa daga og nætur þjáðist hann án matar.

E in quelle ore, accumulò dentro di sé una rabbia enorme.

Og á þessum stundum byggði hann upp gífurlega reiði innra með sér.

I suoi occhi diventarono iniettati di sangue e selvaggi per la rabbia costante.

Augun hans urðu blóðhlaupin og villt af stöðugri reiði.

Non era più Buck, ma un demone con le fauci che schioccavano.

Hann var ekki lengur Buck, heldur djöfull með smellandi kjálka.

Nemmeno il Giudice avrebbe potuto riconoscere questa folle creatura.

Jafnvel dómarinn hefði ekki þekkt þessa brjáluðu veru.

I messaggeri espressi tirarono un sospiro di sollievo quando giunsero a Seattle

Sendiboðarnir andvörpuðu léttar þegar þeir komu til Seattle.

Quattro uomini sollevarono la cassa e la portarono in un cortile sul retro.

Fjórir menn lyftu kassanum og fluttu hann út í bakgarð.

Il cortile era piccolo, circondato da mura alte e solide.

Garðurinn var lítill, umkringdur háum og traustum veggjum.

Un uomo corpulento uscì dalla stanza con una scollatura larga e una camicia rossa.

Stór maður steig út í rauðum, síðklæddri peysuskyrtu.

Firmò il registro delle consegne con una calligrafia spessa e decisa.

Hann undirritaði afhendingarbókina með þykkri og djörfri hendi.

Buck intuì subito che quell'uomo era il suo prossimo aguzzino.

Buck fann strax að þessi maður yrði næsti kvalari hans.

Si lanciò violentemente contro le sbarre, con gli occhi rossi di rabbia.

Hann hljóp af hörku að rimlunum, augun rauð af reiði.

L'uomo si limitò a sorridere amaramente e andò a prendere un'ascia.

Maðurinn brosti bara dökkum augum og fór að sækja öxi.

Teneva anche una mazza nella sua grossa e forte mano destra.

Hann kom einnig með kylfu í þykkri og sterkri hægri hendi sinni.

"Lo porterai fuori adesso?" chiese l'autista preoccupato.

„Ætlarðu að keyra hann út núna?" spurði bílstjórinn áhyggjufullur.

"Certo", disse l'uomo, infilando l'ascia nella cassa come se fosse una leva.

„Jú," sagði maðurinn og stakk öxinni í kistuna eins og vog.

I quattro uomini si dileguarono all'istante, saltando sul muro del cortile.

Mennirnir fjórir dreifðust samstundis og stukku upp á garðvegginn.

Dai loro punti sicuri in alto, aspettavano di ammirare lo spettacolo.

Frá öruggum stöðum sínum uppi biðu þau eftir að horfa á sjónarspilið.

Buck si lanciò contro il legno scheggiato, mordendolo e scuotendolo violentemente.

Buck hljóp á klofna viðinn, beit og skalf harkalega.

Ogni volta che l'ascia colpiva la gabbia, Buck era lì pronto ad attaccarla.

Í hvert skipti sem öxin lenti í búrinu) var Buck þar til að ráðast á hana.

Ringhiò e schioccò le dita in preda a una rabbia selvaggia, desideroso di essere liberato.

Hann urraði og snaraði af villimannsævi, ákafur að vera látinn laus.

L'uomo all'esterno era calmo e fermo, concentrato sul suo compito.

Maðurinn fyrir utan var rólegur og stöðugur, einbeittur að verki sínu.

"Bene allora, diavolo dagli occhi rossi", disse quando il buco fu grande.

„Jæja, þú rauðeygði djöfull," sagði hann þegar gatið var orðið stórt.

Lasciò cadere l'ascia e prese la mazza nella mano destra.

Hann sleppti öxinni og tók kylfuna í hægri hönd sér.

Buck sembrava davvero un diavolo: aveva gli occhi iniettati di sangue e fiammeggianti.

Buck leit sannarlega út eins og djöfull; augun blóðhlaupin og glóandi.

Il suo pelo si rizzò, la schiuma gli salì alla bocca e gli occhi brillarono.

Feldur hans var grófur, froðan stóð upp úr munninum og augun glitruðu.

Lui tese i muscoli e si lanciò dritto verso il maglione rosso.

Hann spennti vöðvana og stökk beint á rauðu peysuna.

Centoquaranta libbre di furia si riversarono sull'uomo calmo.

Hundrað og fjörutíu pund af reiði flaug á rólega manninn.

Un attimo prima che le sue fauci si chiudessero, un colpo terribile lo colpì.

Rétt áður en kjálkarnir hans klemmdust saman, hlaut hann hræðilegt högg.

I suoi denti si schioccarono insieme solo sull'aria

Tennurnar hans brotnuðu saman á engu nema lofti

una scossa di dolore gli risuonò nel corpo

sársaukaskot ómaði um líkama hans

Si capovolse a mezz'aria e cadde sulla schiena e su un fianco.

Hann hvolfdi í loftinu og féll á bakið og hliðina.

Non aveva mai sentito prima un colpo di mazza e non riusciva a sostenerlo.

Hann hafði aldrei áður fundið fyrir kylfuhöggi og gat ekki gripið það.

Con un ringhio acuto, in parte abbaio, in parte urlo, saltò di nuovo.

Með öskrandi urri, að hluta til gelti, að hluta til öskri, stökk hann aftur upp.

Un altro colpo violento lo colpì e lo scaraventò a terra.

Annað harkalegt högg lenti á honum og kastaði honum til jarðar.

Questa volta Buck capì: era la pesante clava dell'uomo.

Að þessu sinni skildi Buck – þetta var þunga kylfan hans.

Ma la rabbia lo accecò e non pensò minimamente di ritirarsi.

En reiðin blindaði hann og hann hugsaði ekki um að hörfa.

Dodici volte si lanciò e dodici volte cadde.

Tólf sinnum kastaði hann sér og tólf sinnum datt hann.

La mazza di legno lo colpiva ogni volta con una forza spietata e schiacciante.

Trékylfan lamdi hann í hvert skipti með miskunnarlausu, algeru afli.

Dopo un colpo violento, si rialzò barcollando, stordito e lento.

Eftir eitt harkalegt högg staulaðist hann á fætur, ringlaður og hægur.

Il sangue gli colava dalla bocca, dal naso e perfino dalle orecchie.

Blóð rann úr munni hans, nefi og jafnvel eyrum.

Il suo mantello, un tempo bellissimo, era imbrattato di schiuma insanguinata.

Kápan hans, sem áður var falleg, var útataður blóðugum froðu.

Poi l'uomo si fece avanti e gli sferrò un violento colpo al naso.

Þá steig maðurinn upp og sló illa á nefið.

L'agonia fu più acuta di qualsiasi cosa Buck avesse mai provato.

Kvölin var skarpari en nokkuð sem Buck hafði nokkurn tímann fundið.

Con un ruggito più da bestia che da cane, balzò di nuovo all'attacco.

Með öskri, meira skepnu en hundi, stökk hann aftur til árásar.

Ma l'uomo gli afferrò la mascella inferiore e la torse all'indietro.

En maðurinn greip í neðri kjálka hans og snéri honum aftur á bak.

Buck si girò a testa in giù e cadde di nuovo violentemente al suolo.

Buck hristist upp og niður og féll aftur harkalega.

Un'ultima volta, Buck si lanciò verso di lui, ormai a malapena in grado di reggersi in piedi.

Í síðasta sinn réðst Buck á hann, nú varla fær um að standa upp.

L'uomo colpì con sapiente tempismo, sferrando il colpo finale.

Maðurinn hjó til af snilldarlegri tímasetningu og veitti síðasta höggið.

Buck crollò a terra, privo di sensi e immobile.

Buck hrundi saman í hrúgu, meðvitundarlaus og hreyfingarlaus.

"Non è uno stupido ad addestrare i cani, ecco cosa dico io", urlò un uomo.

„Hann er ekki sljór í að brjóta hunda, það er það sem ég segi,“ öskraði maður.

"Druther può spezzare la volontà di un segugio in qualsiasi giorno della settimana."

„Druther getur brotið niður vilja hunds hvaða dag vikunnar sem er.“

"E due volte di domenica!" aggiunse l'autista.

„Og tvisvar á sunnudegi!" bætti bílstjórinn við.

Salì sul carro e tirò le redini per partire.

Hann klifraði upp í vagninn og braut í taumana til að fara af stað.

Buck riprese lentamente il controllo della sua coscienza

Buck náði smám saman stjórn á meðvitund sinni

ma il suo corpo era ancora troppo debole e rotto per muoversi.

en líkami hans var enn of veikburða og brotinn til að hreyfa sig.

Rimase lì dove era caduto, osservando l'uomo con il maglione rosso.

Hann lá þar sem hann hafði fallið og horfði á manninn í rauðpeysunni.

"Risponde al nome di Buck", disse l'uomo, leggendo ad alta voce.

„Hann svarar undir nafninu Buck," sagði maðurinn og las upphátt.

Citò la nota inviata con la cassa di Buck e i dettagli.

Hann vitnaði í miðann sem sendur var með kössunni hans Bucks og nánari upplýsingar.

"Bene, Buck, ragazzo mio", continuò l'uomo con tono amichevole,

„Jæja, Buck, drengur minn," hélt maðurinn áfram með vingjarnlegum rómi,

"Abbiamo avuto il nostro piccolo litigio, e ora tra noi è finita."

„Við höfum átt okkar litla rifrildi, og nú er því lokið á milli okkar."

"Tu hai imparato qual è il tuo posto, e io ho imparato qual è il mio", ha aggiunto.

„Þú hefur lært þinn stað og ég hef lært minn," bætti hann við.

"Sii buono e tutto andrà bene e la vita sarà piacevole."

„Vertu góður, og allt mun ganga vel og lífið verður ánægjulegt."

"Ma se sei cattivo, ti spaccherò a morte, capito?"

„En ef þú ert vondur, þá skal ég berja þig í hel, skilurðu?"

Mentre parlava, allungò la mano e accarezzò la testa dolorante di Buck.

Um leið og hann talaði rétti hann út höndina og klappaði Buck á sárt höfuðið.

I capelli di Buck si rizzarono al tocco dell'uomo, ma lui non oppose resistenza.

Hár Bucks reis við snertingu mannsins, en hann veitti ekki mótspyrnu.

L'uomo gli portò dell'acqua e Buck la bevve a grandi sorsi.

Maðurinn færði honum vatn, sem Buck drakk í stórum teygjum.

Poi arrivò la carne cruda, che Buck divorò pezzo per pezzo.

Þá kom hrátt kjöt, sem Buck át bita fyrir bita.

Sapeva di essere stato sconfitto, ma sapeva anche di non essere distrutto.

Hann vissi að hann var barinn, en hann vissi líka að hann var ekki brotinn.

Non aveva alcuna possibilità contro un uomo armato di manganello.

Hann átti engan möguleika gegn manni vopnuðum kylfu.

Aveva imparato la verità e non dimenticò mai quella lezione.

Hann hafði lært sannleikann og gleymdi þeim lexíu aldrei.

Quell'arma segnò l'inizio della legge nel nuovo mondo di Buck.

Þetta vopn var upphaf laga í nýja heimi Bucks.

Fu l'inizio di un ordine duro e primitivo che non poteva negare.

Þetta var upphafið að hörðum, frumstæðum reglum sem hann gat ekki afneitað.

Accettò la verità: i suoi istinti selvaggi erano ormai risvegliati.

Hann viðurkenndi sannleikann; villta eðlishvöt hans var nú vakandi.

Il mondo era diventato più duro, ma Buck lo affrontò coraggiosamente.

Heimurinn hafði orðið harðari, en Buck tókst hugrakkur á við það.

Affrontò la vita con una nuova cautela, astuzia e una forza silenziosa.

Hann mætti lífinu með nýrri varúð, slægð og kyrrlátum styrk.

Arrivarono altri cani, legati con corde o gabbie, come era successo a Buck.

Fleiri hundar komu, bundnir í reipum eða búrum eins og Buck hafði verið.

Alcuni cani procedevano con calma, altri si infuriavano e combattevano come bestie feroci.

Sumir hundar komu rólega, aðrir æstu og börðust eins og villidýr.

Tutti loro furono sottoposti al dominio dell'uomo con il maglione rosso.

Þau voru öll sett undir stjórn rauðpeysuklædda mannsins.

Ogni volta Buck osservava e vedeva svolgersi la stessa lezione.

Í hvert skipti horfði Buck á og sá sama lexíuna þróast.

L'uomo con la clava era la legge: un padrone a cui obbedire.

Maðurinn með kylfuna var lögmálið; herra sem hlýða átti.

Non era necessario che gli piacesse, ma che gli si obbedisse.

Hann þurfti ekki að vera vinsæll, en honum þurfti að hlýða.

Buck non si è mai mostrato adulatore o scodinzolante come facevano i cani più deboli.

Buck rýddi aldrei eða veifaði eins og veikari hundarnir gerðu.

Vide dei cani che erano stati picchiati e che continuavano a leccare la mano dell'uomo.

Hann sá hunda sem voru barðir og sleiktu samt hönd mannsins.

Vide un cane che non obbediva né si sottometteva affatto.

Hann sá einn hund sem hvorki hlýddi né gafst upp.

Quel cane ha combattuto fino alla morte nella battaglia per il controllo.

Þessi hundur barðist þar til hann féll í baráttunni um stjórnina.

A volte degli sconosciuti venivano a trovare l'uomo con il maglione rosso.

Ókunnugir komu stundum til að sjá rauðpeysaða manninn.

Parlavano con toni strani, supplicando, contrattando e ridendo.

Þau töluðu í undarlegum rómi, sárbiðjuðu, semdu og hlógu.

Dopo aver scambiato i soldi, se ne andavano con uno o più cani.

Þegar peningarnir voru skipt út fóru þau með einn eða fleiri hunda.

Buck si chiese dove andassero questi cani, perché nessuno faceva mai ritorno.

Buck velti fyrir sér hvert þessir hundar fóru, því enginn kom nokkurn tímann aftur.

la paura dell'ignoto riempiva Buck ogni volta che un uomo sconosciuto si avvicinava

Ótti við óþekktið fyllti Buck í hvert skipti sem ókunnugur maður kom

era contento ogni volta che veniva preso un altro cane, al posto suo.

Hann var feginn í hvert skipti sem annar hundur var tekinn, frekar en hann sjálfur.

Ma alla fine arrivò il turno di Buck con l'arrivo di uno strano uomo.

En loksins kom röðin að Buck með komu ókunnugs manns.

Era piccolo, nervoso e parlava un inglese stentato e imprecava.

Hann var lítill, grannur og talaði brotna ensku og bölvaði.

"Sacredam!" urlò quando vide il corpo di Buck.

„Sacredam!" hrópaði hann þegar hann sá líkama Bucks.

"Che cane maledetto e prepotente! Eh? Quanto costa?" chiese ad alta voce.

„Þetta er bölvaður óþokki! Ha? Hversu mikið?" spurði hann upphátt.

"Trecento, ed è un regalo a quel prezzo",

„Þrjú hundruð, og hann er gjöf á því verði,"

"Dato che sono soldi del governo, non dovresti lamentarti, Perrault."

„Þar sem þetta eru ríkisfé, ættirðu ekki að kvarta, Perrault."

Perrault sorrise pensando all'accordo che aveva appena concluso con quell'uomo.

Perrault brosti að samningnum sem hann hafði gert við manninn.

Il prezzo dei cani è salito alle stelle a causa della domanda improvvisa.

Verð á hundum hafði hækkað verulega vegna skyndilegrar eftirspurnar.

Trecento dollari non erano ingiusti per una bestia così bella.

Þrjú hundruð dollarar voru ekki ósanngjarnt fyrir svona fallega skepnu.

Il governo canadese non perderebbe nulla dall'accordo

Kanadíska ríkisstjórnin myndi ekki tapa neinu á samningnum.

Né i loro comunicati ufficiali avrebbero subito ritardi nel trasporto.

Opinberar sendingar þeirra myndu heldur ekki tafist í flutningi.

Perrault conosceva bene i cani e capì che Buck era una rarità.

Perrault þekkti hunda vel og gat séð að Buck var eitthvað sjaldgæft.

"Uno su dieci diecimila", pensò, mentre studiava la corporatura di Buck.

„Einn af hverjum tíu tíu þúsund," hugsaði hann er hann virti fyrir sér líkamsbyggingu Bucks.

Buck vide il denaro cambiare di mano, ma non mostrò alcuna sorpresa.

Buck sá peningana skipta um hendur en sýndi enga undrun.

Poco dopo lui e Curly, un gentile Terranova, furono portati via.

Fljótlega voru hann og Krullað, ljúfur nýfundnalandshundur, leiddir burt.

Seguirono l'omino dal cortile della casa con il maglione rosso.

Þau fylgdu litla manninum úr garði rauðu peysunnar.

Quella fu l'ultima volta che Buck vide l'uomo con la mazza di legno.

Þetta var síðasta sinn sem Buck sá manninn með trékylfuna.

Dal ponte del Narwhal guardò Seattle svanire in lontananza.
Af þilfari Narhvalsins horfði hann á Seattle hverfa í fjarskann.
Fu anche l'ultima volta che vide le calde terre del Sud.
Þetta var líka í síðasta sinn sem hann sá hið hlýja Suðurland.
Perrault li portò sottocoperta e li lasciò con François.
Perrault fór með þá niður fyrir þilfar og skildi þá eftir hjá
François.
François era un gigante con la faccia nera e le mani ruvide e
callose.
François var svartur risi með hrjúfar, harðlínulaga hendur.
Era un uomo dalla carnagione scura e dalla carnagione scura,
un meticcio franco-canadese.
Hann var dökkhærður og dökkhærður; hálfgerður fransk-
kanadískur.
Per Buck, quegli uomini erano come non li aveva mai visti
prima.
Fyrir Buck voru þessir menn af þeirri tegund sem hann hafði
aldrei séð áður.
Nei giorni a venire avrebbe avuto modo di conoscere molti
di questi uomini.
Hann myndi kynnast mörgum slíkum mönnum á komandi
dögum.
Non cominciò ad affezionarsi a loro, ma finì per rispettarli.
Hann varð ekki hrifinn af þeim, en hann fór að virða þá.
Erano giusti e saggi e non si lasciavano ingannare facilmente
da nessun cane.
Þau voru sanngjörn og vitrir og hundar létu ekki blekkjast
auðveldlega.
Giudicavano i cani con calma e punivano solo quando
meritavano.
Þeir dæmdu hunda rólega og refsuðu aðeins þegar þeir áttu
það skilið.
Sul ponte inferiore del Narwhal, Buck e Curly incontrarono
due cani.
Á neðri þilfari Narwhalsins hittu Buck og Krullað tvo hunda.
Uno era un grosso cane bianco proveniente dalle lontane e
gelide isole Spitzbergen.

Annar var stór hvítur hundur frá fjarlægu, ískalda
Spitsbergen.

**In passato aveva navigato su una baleniera e si era unito a
un gruppo di ricerca.**

Hann hafði einu sinn siglt með hvalveiðimanni og gengið til
liðs við landmælingahóp.

Era amichevole, ma astuto, subdolo e subdolo.

Hann var vingjarnlegur á lúmskan, undirförulan og slægan
hátt.

**Al loro primo pasto, rubò un pezzo di carne dalla padella di
Buck.**

Við fyrstu máltíð þeirra stal hann kjötbita af pönnu Bucks.

**Buck saltò per punirlo, ma la frusta di François colpì per
prima.**

Buck stökk til að refsa honum, en svipan frá François lenti
fyrst.

Il ladro bianco urlò e Buck reclamò l'osso rubato.

Hvíti þjófurinn öskraði og Buck endurheimti stolna beinið.

**Questa correttezza colpì Buck e François si guadagnò il suo
rispetto.**

Þessi sanngirni vakti hrifningu Bucks og François ávann sér
virðingu hans.

L'altro cane non lo salutò e non volle nessuno in cambio.

Hinn hundurinn heilsaði ekki og vildi ekkert í staðinn.

**Non rubava il cibo, né annusava con interesse i nuovi
arrivati.**

Hann stal hvorki mat né þefaði áhugasöm að nýkomunum.

**Questo cane era cupo e silenzioso, cupo e lento nei
movimenti.**

Þessi hundur var hryggur og hljóður, drungalegur og
hægfara.

**Avvertì Curly di stargli lontano semplicemente lanciandole
un'occhiata fulminante.**

Hann varaði Krullað við að halda sig fjarri með því einfaldlega
að glápa á hana.

**Il suo messaggio era chiaro: lasciatemi in pace o saranno
guai.**

Skilaboð hans voru skýr; látið mig í friði eða það verða
vandræði.

**Si chiamava Dave e non faceva quasi caso a ciò che lo
circondava.**

Hann hét Dave og tók varla eftir umhverfi sínu.

**Dormiva spesso, mangiava tranquillamente e sbadigliava di
tanto in tanto.**

Hann svaf oft, borðaði rólega og geispaði öðru hvoru.

**La nave ronzava costantemente con il rumore dell'elica
sottostante.**

Skipið suðaði stöðugt með sláandi skrúfunni fyrir neðan.

**I giorni passarono senza grandi cambiamenti, ma il clima si
fece più freddo.**

Dagarnir liðu án mikilla breytinga, en veðrið kólnaði.

**Buck se lo sentiva nelle ossa e notò che anche gli altri lo
sentivano.**

Buck fann það í beinum sínum og tók eftir því að hinir gerðu
það líka.

Poi una mattina l'elica si fermò e tutto rimase immobile.

Svo einn morguninn stoppaði skrúfan og allt varð kyrrt.

Un'energia percorse la nave: qualcosa era cambiato.

Orka fór um skipið; eitthvað hafði breyst.

François scese, li mise al guinzaglio e li portò su.

François kom niður, batt þá í tauma og færði þá upp.

Buck uscì e trovò il terreno morbido, bianco e freddo.

Buck steig út og fann jörðina mjúka, hvíta og kalda.

**Lui fece un balzo indietro allarmato e sbuffò in preda alla
confusione più totale.**

Hann stökk aftur á bak í ótta og fnösti í algjöru rugli.

Una strana sostanza bianca cadeva dal cielo grigio.

Undarlegt hvítt efni féll af gráum himni.

**Si scosse, ma i fiocchi bianchi continuavano a cadergli
addosso.**

Hann hristi sig, en hvítu flögurnar héldu áfram að lenda á
honum.

Annusò attentamente la sostanza bianca e ne leccò alcuni pezzetti ghiacciati.
Hann þefaði vandlega af hvítu efninu og sleikti nokkra ískalda bita.

La polvere bruciò come il fuoco e poi svanì subito dalla sua lingua.
Duftið brann eins og eldur og hvarf svo af tungu hans.

Buck ci riprovò, sconcertato dallo strano freddo che svaniva.
Buck reyndi aftur, undrandi yfir þessum undarlega, hverfandi kulda.

Gli uomini intorno a lui risero e Buck si sentì in imbarazzo.
Mennirnir í kringum hann hlógu og Buck fannst hann vandræðalegur.

Non sapeva perché, ma si vergognava della sua reazione.
Hann vissi ekki af hverju, en hann skammaðist sín fyrir viðbrögð sín.

Era la sua prima esperienza con la neve e la cosa lo confuse.
Þetta var fyrsta reynsla hans af snjó og það ruglaði hann.

La legge del bastone e della zanna
Lögmálið um kylfu og vígtennur

Il primo giorno di Buck sulla spiaggia di Dyea è stato un terribile incubo.
Fyrsti dagurinn hjá Buck á Dyea-ströndinni var eins og hræðileg martröð.
Ogni ora portava con sé nuovi shock e cambiamenti inaspettati per Buck.
Hver klukkustund færði Buck ný áföll og óvæntar breytingar.
Era stato strappato alla civiltà e gettato nel caos più totale.
Hann hafði verið dreginn úr siðmenningunni og kastað út í villt ringulreið.
Questa non era una vita soleggiata e pigra, fatta di noia e riposo.
Þetta var ekkert sólríkt, letilegt líf með leiðindum og hvíld.
Non c'era pace, né riposo, né momento senza pericolo.
Þar var enginn friður, engin hvíld og engin stund án hættu.
La confusione regnava su tutto e il pericolo era sempre vicino.
Ruglingur réði öllu og hættan var alltaf yfirvofandi.
Buck doveva stare attento perché quegli uomini e quei cani erano diversi.
Buck þurfti að vera vakandi því þessir menn og hundar voru ólíkir.
Non provenivano da città; erano selvaggi e spietati.
Þau voru ekki úr bæjum; þau voru villt og miskunnarlaus.
Questi uomini e questi cani conoscevano solo la legge del bastone e della zanna.
Þessir menn og hundar þekktu aðeins lögmálið um kylfu og vígtennur.
Buck non aveva mai visto dei cani combattere come questi feroci husky.
Buck hafði aldrei séð hunda berjast eins og þessa grimmu huskyhunda.
La sua prima esperienza gli insegnò una lezione che non avrebbe mai dimenticato.

Fyrsta reynsla hans kenndi honum lexíu sem hann myndi aldrei gleyma.

Fu una fortuna che non fosse lui, altrimenti sarebbe morto anche lui.

Hann var heppinn að þetta var ekki hann, annars hefði hann líka dáið.

Curly era quello che soffriva, mentre Buck osservava e imparava.

Það var Krullað sem þjáðist á meðan Buck horfði á og lærði.

Si erano accampati vicino a un deposito costruito con tronchi.

Þau höfðu sett upp tjaldbúðir nálægt verslun sem var byggð úr trjábolum.

Curly cercò di essere amichevole con un grosso husky simile a un lupo.

Krullað reyndi að vera vingjarnlegur við stóran, úlfslíkan husky hund.

L'husky era più piccolo di Curly, ma aveva un aspetto selvaggio e cattivo.

Husky-hundurinn var minni en Krullað, en leit villtur og grimmur út.

Senza preavviso, lui saltò su e le tagliò il viso.

Án viðvörunar stökk hann upp og skar hana í andlitið.

Con un solo movimento i suoi denti le tagliarono l'occhio fino alla mascella.

Tennur hans skáru frá auga hennar niður að kjálka í einni hreyfingu.

Ecco come combattevano i lupi: colpivano velocemente e saltavano via.

Svona börðust úlfar — börðust hratt og stukku í burtu.

Ma c'era molto di più da imparare da quell'unico attacco.

En það var meira að læra en af þessari einu árás.

Decine di husky si precipitarono dentro e formarono un cerchio silenzioso.

Tugir huskyhunda þustu inn og mynduðu þögull hring.

Osservavano attentamente e si leccavano le labbra per la fame.

Þau horfðu grannt á og sleiktu sér um varirnar af hungri.

Buck non capiva il loro silenzio né i loro occhi ansiosi.

Buck skildi hvorki þögn þeirra né ákaf augnaráð þeirra.

Curly si lanciò ad attaccare l'husky una seconda volta.

Krullað hljóp til að ráðast á husky-hundinn í annað sinn.

Usò il suo petto per buttarla a terra con un movimento violento.

Hann notaði bringuna til að fella hana með kröftugum hreyfingum.

Cadde su un fianco e non riuscì più a rialzarsi.

Hún féll á hliðina og gat ekki staðið upp aftur.

Era proprio quello che gli altri aspettavano da tempo.

Þetta var það sem hinir höfðu beðið eftir allan tímann.

Gli husky le saltarono addosso, guaindo e ringhiando freneticamente.

Husky-hundarnir stukku á hana, æptu og urruðu af æði.

Lei urlò mentre la seppellivano sotto una pila di cani.

Hún öskraði þegar þeir grófu hana undir haug af hundum.

L'attacco fu così rapido che Buck rimase immobile per lo shock.

Árásin var svo hröð að Buck fraus kyrr af áfalli.

Vide Spitz tirare fuori la lingua in un modo che sembrava una risata.

Hann sá Spitz stinga út tungunni á þann hátt sem leit út eins og hlátur.

François afferrò un'ascia e corse dritto verso il gruppo di cani.

François greip öxi og hljóp beint inn í hundahópinn.

Altri tre uomini hanno usato dei manganelli per allontanare gli husky.

Þrír aðrir menn notuðu kylfur til að hjálpa til við að reka husky-hundana í burtu.

In soli due minuti la lotta finì e i cani se ne andarono.

Eftir aðeins tvær mínútur var bardaganum lokið og hundarnir voru farnir.

Curly giaceva morta nella neve rossa calpestata, con il corpo fatto a pezzi.

Krulluð lá dauð í rauða, troðnum snjónum, líkami hennar rifinn í sundur.

Un uomo dalla pelle scura era in piedi davanti a lei, maledicendo la scena brutale.

Dökkhærður maður stóð yfir henni og formælti hrottalegu atriðinu.

Il ricordo rimase con Buck e ossessionò i suoi sogni notturni.

Minningin lifði með Buck og ásótti drauma hans á nóttunni.

Ecco come funzionava: niente equità, niente seconda possibilità.

Þannig var það hér; engin réttlæti, ekkert annað tækifæri.

Una volta caduto un cane, gli altri lo uccidevano senza pietà.

Þegar hundur féll, drápu hinir hann miskunnarlaust.

Buck decise allora che non si sarebbe mai lasciato cadere.

Buck ákvað þá að hann myndi aldrei leyfa sér að falla.

Spitz tirò fuori di nuovo la lingua e rise guardando il sangue.

Spitz stakk aftur út tungunni og hló að blóðinu.

Da quel momento in poi, Buck odiò Spitz con tutto il cuore.

Frá þeirri stundu hataði Buck Spitz af öllu hjarta.

Prima che Buck potesse riprendersi dalla morte di Curly, accadde qualcosa di nuovo.

Áður en Buck gat jafnað sig eftir dauða Krullað gerðist eitthvað nýtt.

François si avvicinò e legò qualcosa attorno al corpo di Buck.

François kom til og spennti eitthvað utan um líkama Bucks.

Era un'imbracatura simile a quelle usate per i cavalli al ranch.

Þetta var beisli eins og þau sem notuð eru á hestum á búgarðinum.

Così come Buck aveva visto lavorare i cavalli, ora era costretto a lavorare anche lui.

Eins og Buck hafði séð hesta vinna, var hann nú líka látinn vinna.

Dovette trascinare François su una slitta nella foresta vicina.

Hann þurfti að draga François á sleða inn í skóginn í nágrenninu.

Poi dovette trascinare indietro un pesante carico di legna da ardere.

Þá þurfti hann að draga til baka hlass af þungum eldiviði.

Buck era orgoglioso e gli faceva male essere trattato come un animale da lavoro.

Buck var stoltur, svo það særði hann að vera meðhöndlaður eins og vinnudýr.

Ma era saggio e non cercò di combattere la nuova situazione.

En hann var vitur og reyndi ekki að berjast við nýju aðstæðurnar.

Accettò la sua nuova vita e diede il massimo in ogni compito.

Hann tók nýja lífinu fagnandi og lagði sig allan fram í hverju verki.

Tutto di quel lavoro gli risultava strano e sconosciuto.

Allt við verkið var honum framandi og ókunnugt.

François era severo e pretendeva obbedienza senza indugio.

Frans var strangur og krafðist hlýðni án tafar.

La sua frusta garantiva che ogni comando venisse eseguito immediatamente.

Svipan hans tryggði að hverri skipun væri fylgt samstundis.

Dave era il timoniere, il cane più vicino alla slitta dietro Buck.

Dave var hjólreiðamaðurinn, hundurinn sem var næstur sleðanum á eftir Buck.

Se commetteva un errore, Dave mordeva Buck sulle zampe posteriori.

Dave beit Buck í afturfæturna ef hann gerði mistök.

Spitz era il cane guida, abile ed esperto nel ruolo.

Spitz var leiðtogahundurinn, hæfur og reynslumikill í hlutverkinu.

Spitz non riusciva a raggiungere Buck facilmente, ma lo corresse comunque.

Spitz náði ekki auðveldlega til Bucks, en leiðrétti hann samt.

Ringhiava aspramente o tirava la slitta in modi che insegnavano a Buck.

Hann urraði harkalega eða dró sleðann á þann hátt sem kenndi Buck.

Grazie a questo addestramento, Buck imparò più velocemente di quanto tutti si aspettassero.

Í þessari þjálfun lærði Buck hraðar en nokkur þeirra bjóst við.

Lavorò duramente e imparò sia da François che dagli altri cani.

Hann vann hörðum höndum og lærði bæði af François og hinum hundunum.

Quando tornarono, Buck conosceva già i comandi chiave.

Þegar þau komu aftur kunni Buck þegar lykilskipanirnar.

Imparò a fermarsi al suono della parola "oh" di François.

Hann lærði að stoppa við hljóðið „hó" frá François.

Imparò quando era il momento di tirare la slitta e correre.

Hann lærði þegar hann þurfti að draga sleðann og hlaupa.

Imparò a svoltare senza problemi nelle curve del sentiero.

Hann lærði að beygja breitt í beygjum á slóðanum án vandræða.

Imparò anche a evitare Dave quando la slitta scendeva velocemente.

Hann lærði líka að forðast Dave þegar sleðinn fór hratt niður á við.

"Sono cani molto buoni", disse orgoglioso François a Perrault.

„Þetta eru mjög góðir hundar," sagði François stoltur við Perrault.

"Quel Buck tira come un dannato, glielo insegno subito."

„Þessi Buck togar eins og helvíti — ég kenni honum það eins fljótt og auðið er."

Più tardi quel giorno, Perrault tornò con altri due husky.

Seinna sama dag kom Perrault aftur með tvo husky-hunda til viðbótar.

Si chiamavano Billee e Joe ed erano fratelli.

Þeir hétu Billee og Joe og voru bræður.

Provenivano dalla stessa madre, ma non erano affatto simili.

Þau komu frá sömu móður en voru alls ekki eins.

Billee era un tipo dolce e molto amichevole con tutti.

Billee var ljúfmannleg og mjög vingjarnleg við alla.

Joe era l'opposto: silenzioso, arrabbiato e sempre ringhiante.

Joe var andstæðan — rólegur, reiður og alltaf urrandi.

Buck li salutò amichevolmente e si mantenne calmo con entrambi.

Buck heilsaði þeim vingjarnlega og var rólegur við bæði.

Dave non prestò loro attenzione e rimase in silenzio come al solito.

Dave gaf þeim engan gaum og þagði eins og venjulega.

Spitz attaccò prima Billee, poi Joe, per dimostrare la sua superiorità.

Spitz réðst fyrst á Billee, síðan Joe, til að sýna yfirburði sína.

Billee scodinzolava e cercava di essere amichevole con Spitz.

Billee veifaði rófunni og reyndi að vera vingjarnlegur við Spitz.

Quando questo non funzionò, cercò di scappare.

Þegar það virkaði ekki reyndi hann að flýja í staðinn.

Pianse tristemente quando Spitz lo morse forte sul fianco.

Hann grét dapurlega þegar Spitz beit hann fast í hliðina.

Ma Joe era molto diverso e si rifiutava di farsi prendere in giro.

En Jói var mjög ólíkur og vildi ekki láta leggja í einelti.

Ogni volta che Spitz si avvicinava, Joe si girava velocemente per affrontarlo.

Í hvert skipti sem Spitz kom nærri sneri Joe sér hratt við til að horfast í augu við hann.

La sua pelliccia si drizzò, le sue labbra si arricciarono e i suoi denti schioccarono selvaggiamente.

Feldurinn hans gnæfði, varirnar krulluðust og tennurnar brotnuðu villt.

Gli occhi di Joe brillavano di paura e rabbia, sfidando Spitz a colpire.

Augu Joes glitruðu af ótta og reiði og ögruðu Spitz til að ráðast til högga.

Spitz abbandonò la lotta e si voltò, umiliato e arrabbiato.
Spitz gafst upp á bardaganum og sneri sér undan, auðmýktur og reiður.
Sfogò la sua frustrazione sul povero Billee e lo cacciò via.
Hann lét gremju sína út á vesalings Billee og rak hann í burtu.
Quella sera Perrault aggiunse un altro cane alla squadra.
Um kvöldið bætti Perrault einum hundi í viðbót við hópinn.
Questo cane era vecchio, magro e coperto di cicatrici di battaglia.
Þessi hundur var gamall, grannur og þakinn örum eftir bardaga.
Gli mancava un occhio, ma l'altro brillava di potere.
Annað augað hans vantaði, en hitt glóði af krafti.
Il nome del nuovo cane era Solleks, che significa "l'Arrabbiato".
Nýi hundurinn hét Solleks, sem þýddi Hinn reiði.
Come Dave, Solleks non chiedeva nulla agli altri e non dava nulla in cambio.
Eins og Dave bað Solleks ekki aðra um neitt og gaf ekkert til baka.
Quando Solleks entrò lentamente nell'accampamento, persino Spitz rimase lontano.
Þegar Solleks gekk hægt inn í búðirnar, hélt jafnvel Spitz sig fjarri.
Aveva una strana abitudine che Buck ebbe la sfortuna di scoprire.
Hann hafði undarlegan vana sem Buck var óheppinn að uppgötva.
Solleks detestava essere avvicinato dal lato in cui era cieco.
Solleks hataði að vera nálgast af þeirri hlið þar sem hann var blindur.
Buck non lo sapeva e commise quell'errore per sbaglio.
Buck vissi þetta ekki og gerði þessi mistök fyrir slysni.
Solleks si voltò di scatto e colpì la spalla di Buck in modo profondo e rapido.
Solleks sneri sér við og skar Buck djúpt og hratt í öxlina.

Da quel momento in poi, Buck non si avvicinò mai più al lato cieco di Solleks.

Frá þeirri stundu kom Buck aldrei nálægt blindhlið Solleks.

Non ebbero mai più problemi per il resto del tempo che trascorsero insieme.

Þau lentu aldrei í vandræðum aftur það sem eftir var af tímanum sem þau voru saman.

Solleks voleva solo essere lasciato solo, come il tranquillo Dave.

Solleks vildi bara vera í friði, eins og hljóði Dave.

Ma Buck avrebbe scoperto in seguito che ognuno di loro aveva un altro obiettivo segreto.

En Buck myndi síðar komast að því að þau höfðu hvort um sig annað leynilegt markmið.

Quella notte Buck si trovò ad affrontare una nuova e preoccupante sfida: come dormire.

Um nóttina stóð Buck frammi fyrir nýrri og erfiðri áskorun — hvernig ætti hann að sofa.

La tenda era illuminata caldamente dalla luce delle candele nel campo innevato.

Tjaldið glóði hlýlega af kertaljósi í snæviþöktum reitnum.

Buck entrò, pensando che lì avrebbe potuto riposare come prima.

Buck gekk inn og hugsaði sér að þar gæti hann hvílst eins og áður.

Ma Perrault e François gli urlarono contro e gli tirarono delle padelle.

En Perrault og François öskruðu á hann og köstuðu pönnum.

Sconvolto e confuso, Buck corse fuori nel freddo gelido.

Í áfalli og ruglaður hljóp Buck út í ísinn.

Un vento gelido gli pungeva la spalla ferita e gli congelava le zampe.

Beiskur vindur stakk særða öxlina hans og fraus loppurnar.

Si sdraiò sulla neve e cercò di dormire all'aperto.

Hann lagðist niður í snjóinn og reyndi að sofa úti í opnu landi.

Ma il freddo lo costrinse presto a rialzarsi, tremando forte.

En kuldinn neyddi hann fljótlega til að standa aftur upp, skjálfandi illa.

Vagò per l'accampamento, cercando di trovare un posto più caldo.

Hann reikaði um tjaldstæðið og reyndi að finna hlýrri stað.

Ma ogni angolo era freddo come quello precedente.

En hvert horn var jafn kalt og það fyrra.

A volte dei cani feroci gli saltavano addosso dall'oscurità.

Stundum stukku villtir hundar að honum úr myrkrinu.

Buck drizzò il pelo, scoprì i denti e ringhiò in tono ammonitore.

Buck strauk feldinn, sýndi tennurnar og urraði viðvörunarhljóð.

Lui stava imparando in fretta e gli altri cani si sono subito tirati indietro.

Hann var fljótur að læra og hinir hundarnir hættu fljótt.

Tuttavia, non aveva un posto dove dormire e non aveva idea di cosa fare.

Samt hafði hann engan stað til að sofa og vissi ekki hvað hann ætti að gera.

Alla fine gli venne in mente un pensiero: andare a dare un'occhiata ai suoi compagni di squadra.

Loksins datt honum í hug — athuga með liðsfélagana sína.

Ritornò nella loro zona e rimase sorpreso nel constatare che non c'erano più.

Hann sneri aftur á svæðið þeirra og varð undrandi að sjá þau farin.

Cercò di nuovo nell accampamento, ma ancora non riuscì a trovarli.

Hann leitaði aftur í búðunum en fann þá ekki.

Sapeva che loro non potevano stare nella tenda, altrimenti ci sarebbe stato anche lui.

Hann vissi að þau mættu ekki vera í tjaldinu, annars yrði hann það líka.

E allora, dove erano finiti tutti i cani in quell'accampamento ghiacciato?

Hvert voru allir hundarnir þá farnir í þessum frosnu búðum?

Buck, infreddolito e infelice, girò lentamente intorno alla tenda.

Buck, kaldur og vansæll, gekk hægt í hringi umhverfis tjaldið.

All'improvviso, le sue zampe anteriori sprofondarono nella neve soffice e lo spaventarono.

Skyndilega sukku framfætur hans ofan í mjúkan snjó og hræddu hann.

Qualcosa si mosse sotto i suoi piedi e lui fece un salto indietro per la paura.

Eitthvað kipptist til undir fótum hans og hann stökk aftur á bak af ótta.

Ringhiava e ringhiava, non sapendo cosa si nascondesse sotto la neve.

Hann urraði og urraði, án þess að vita hvað leynist undir snjónum.

Poi udì un piccolo abbaio amichevole che placò la sua paura.

Þá heyrði hann vingjarnlegt lítið gelt sem róaði ótta hans.

Annusò l'aria e si avvicinò per vedere cosa fosse nascosto.

Hann þefaði út í loftið og kom nær til að sjá hvað leyndist.

Sotto la neve, rannicchiata in una calda palla, c'era la piccola Billee.

Undir snjónum, krullaður saman í hlýjan kúlu, lá litli Billee.

Billee scodinzolò e leccò il muso di Buck per salutarlo.

Billee veifaði rófunni og sleikti andlit Bucks til að heilsa honum.

Buck vide come Billee si era costruito un posto per dormire nella neve.

Buck sá hvernig Billee hafði búið til svefnstað í snjónum.

Aveva scavato e sfruttato il suo calore per scaldarsi.

Hann hafði grafið sig niður og notað sinn eigin hita til að halda á sér hita.

Buck aveva imparato un'altra lezione: ecco come dormivano i cani.

Buck hafði lært aðra lexíu — svona sváfu hundarnir.

Scelse un posto e cominciò a scavare la sua buca nella neve.

Hann valdi sér stað og byrjaði að grafa sína eigin holu í snjónum.

All'inizio si muoveva troppo e sprecava energie.

Í fyrstu hreyfði hann sig of mikið og sóaði orku.

Ma ben presto il suo corpo riscaldò lo spazio e si sentì al sicuro.

En fljótlega hlýjaði líkami hans rýmið og hann fann fyrir öryggi.

Si rannicchiò forte e poco dopo si addormentò profondamente.

Hann krullaði sig þétt saman og áður en langt um leið var hann sofnaður fast.

La giornata era stata lunga e dura e Buck era esausto.

Dagurinn hafði verið langur og erfiður og Buck var úrvinda.

Dormì profondamente e comodamente, anche se fece sogni selvaggi.

Hann svaf djúpt og þægilega, þótt draumarnir væru villtir.

Ringhiava e abbaiava nel sonno, contorcendosi mentre sognava.

Hann urraði og gelti í svefni sínum, snéri sér við í draumnum.

Buck non si svegliò finché l'accampamento non cominciò a prendere vita.

Buck vaknaði ekki fyrr en búðirnar voru þegar farnar að lifna við.

All'inizio non sapeva dove si trovasse o cosa fosse successo.

Í fyrstu vissi hann ekki hvar hann var eða hvað hafði gerst.

La neve era caduta durante la notte e aveva seppellito completamente il suo corpo.

Snjór hafði fallið í nótt og grafið lík hans alveg.

La neve lo circondava, fitta su tutti i lati.

Snjórinn þrýsti sér að honum, þéttur á allar hliðar.

All'improvviso un'ondata di paura percorse tutto il corpo di Buck.

Skyndilega fór óttabylgja um allan líkama Bucks.

Era la paura di rimanere intrappolati, una paura che proveniva da istinti profondi.

Það var óttinn við að vera fastur, ótti sem kom frá djúpum eðlishvötum.

Sebbene non avesse mai visto una trappola, la paura era viva dentro di lui.

Þótt hann hefði aldrei séð gildru, bjó óttinn innra með honum.

Era un cane addomesticato, ma ora i suoi vecchi istinti selvaggi si stavano risvegliando.

Hann var tamur hundur, en nú voru gömlu villtu eðlishvöt hans að vakna.

I muscoli di Buck si irrigidirono e il pelo gli si rizzò su tutta la schiena.

Vöðvar Bucks spenntust og feldurinn reis upp um allan bak hans.

Ringhiò furiosamente e balzò in piedi nella neve.

Hann urraði grimmilega og stökk beint upp í gegnum snjóinn.

La neve volava in ogni direzione mentre lui irrompeva nella luce del giorno.

Snjórinn flaug í allar áttir þegar hann braust út í dagsbirtuna.

Ancora prima di atterrare, Buck vide l'accampamento disteso davanti a lui.

Jafnvel áður en Buck lenti sá hann herbúðirnar teygja sig út fyrir framan sig.

Ricordò tutto del giorno prima, tutto in una volta.

Hann mundi allt frá deginum áður, allt í einu.

Ricordava di aver passeggiato con Manuel e di essere finito in quel posto.

Hann mundi eftir að hafa rölt með Manuel og endað á þessum stað.

Ricordava di aver scavato la buca e di essersi addormentato al freddo.

Hann mundi eftir að hafa grafið holuna og sofnað í kuldanum.

Ora era sveglio e il mondo selvaggio intorno a lui era limpido.

Nú var hann vakinn og villiheimurinn í kringum hann var bjartur.

Un grido di François annunciò l'improvvisa apparizione di Buck.

Óp frá François fagnaði skyndilegri komu Bucks.

"Cosa ho detto?" gridò a gran voce il conducente del cane a Perrault.

„Hvað sagði ég?" hrópaði hundaeigandinn hátt til Perraults.

"Quel Buck impara sicuramente in fretta", ha aggiunto François.

„Þessi Buck lærir svo sannarlega fljótt," bætti François við.

Perrault annuì gravemente, visibilmente soddisfatto del risultato.

Perrault kinkaði kolli alvarlega, greinilega ánægður með niðurstöðuna.

In qualità di corriere del governo canadese, trasportava dispacci.

Sem sendiboði fyrir kanadísku ríkisstjórnina flutti hann sendingar.

Era ansioso di trovare i cani migliori per la sua importante missione.

Hann var ákafur að finna bestu hundana fyrir mikilvægt verkefni sitt.

Ora si sentiva particolarmente contento che Buck facesse parte della squadra.

Hann var sérstaklega ánægður nú að Buck væri hluti af hópnum.

Nel giro di un'ora, alla squadra furono aggiunti altri tre husky.

Þrír huskyhundar til viðbótar bættust í hópinn innan klukkustundar.

Ciò ha portato il numero totale dei cani della squadra a nove.

Þar með voru hundarnir í liðinu orðnir níu talsins.

Nel giro di quindici minuti tutti i cani erano imbracati.

Innan fimmtán mínútna voru allir hundarnir komnir í beisli sín.

La squadra di slitte stava risalendo il sentiero verso Dyea Cañon.

Sleðaliðið var að sveifla upp slóðann í átt að Dyea Cañon.

Buck era contento di andarsene, anche se il lavoro che lo attendeva era duro.

Buck var ánægður með að vera að fara, jafnvel þótt verkið framundan væri erfitt.

Scoprì di non disprezzare particolarmente né il lavoro né il freddo.

Hann fann að hann fyrirleit ekki vinnuna né kuldann sérstaklega.

Fu sorpreso dall'entusiasmo che pervadeva tutta la squadra.

Hann varð hissa á þeim áhuga sem fyllti allt liðið.

Ancora più sorprendente fu il cambiamento avvenuto in Dave e Solleks.

Enn óvæntara var sú breyting sem hafði orðið á Dave og Solleks.

Questi due cani erano completamente diversi quando venivano imbrigliati.

Þessir tveir hundar voru gjörólíkir þegar þeir voru í beisli.

La loro passività e la loro disattenzione erano completamente scomparse.

Þögn þeirra og áhugaleysi var alveg horfið.

Erano attenti e attivi, desiderosi di svolgere bene il loro lavoro.

Þau voru vakandi og virk og vildu vinna verk sín vel.

Si irritavano ferocemente per qualsiasi cosa provocasse ritardi o confusione.

Þeir urðu afar pirraðir yfir öllu sem olli töfum eða ruglingi.

Il duro lavoro sulle redini era il centro del loro intero essere.

Erfiði taumhaldið var kjarninn í allri þeirra tilveru.

Sembrava che l'unica cosa che gli piacesse davvero fosse tirare la slitta.

Sleðadráttur virtist vera það eina sem þeim fannst virkilega gaman að gera.

Dave era in fondo al gruppo, il più vicino alla slitta.

Dave var aftast í hópnum, næst sleðanum sjálfum.

Buck fu messo davanti a Dave e Solleks superò Buck.

Buck var settur fyrir framan Dave og Solleks dró sig á undan Buck.

Il resto dei cani era disposto in fila indiana davanti a loro.

Hinir hundarnir voru tengdir á undan í einni röð.

La posizione di testa in prima linea era occupata da Spitz.

Spitz fyllti fremsta sætið.

Buck era stato messo tra Dave e Solleks per essere istruito.

Buck hafði verið settur á milli Dave og Solleks til kennslu.

Lui imparava in fretta e gli insegnanti erano risoluti e capaci.

Hann var fljótur að læra og þeir voru ákveðnir og færir kennarar.

Non permisero mai a Buck di restare a lungo nell'errore.

Þeir leyfðu Buck aldrei að vera lengi á villigötum.

Quando necessario, impartivano le lezioni con denti affilati.

Þeir kenndu lexíurnar sínar með beittum tönnum þegar þörf krefði.

Dave era giusto e dimostrava una saggezza pacata e seria.

Dave var sanngjarn og sýndi hljóðláta og alvarlega visku.

Non mordeva mai Buck senza una buona ragione.

Hann beit aldrei Buck án þess að hafa góða ástæðu til þess.

Ma non mancava mai di mordere quando Buck aveva bisogno di essere corretto.

En hann brást aldrei við að bíta þegar Buck þurfti leiðréttingu.

La frusta di François era sempre pronta e sosteneva la loro autorità.

Svipa François var alltaf tilbúin og studdi vald þeirra.

Buck scoprì presto che era meglio obbedire che reagire.

Buck komst fljótt að því að betra var að hlýða en að berjast á móti.

Una volta, durante un breve riposo, Buck rimase impigliato nelle redini.

Einu sinni, í stuttri hvíld, flæktist Buck í taumunum.

Ritardò la partenza e confuse i movimenti della squadra.

Hann seinkaði ræsingunni og ruglaði hreyfingu liðsins.

Dave e Solleks si avventarono su di lui e lo picchiarono duramente.

Dave og Solleks flugu á hann og börðu hann harkalega.

La situazione peggiorò ulteriormente, ma Buck imparò bene la lezione.

Flækjan versnaði bara, en Buck lærði sína lexíu vel.

Da quel momento in poi tenne le redini tese e lavorò con attenzione.

Þaðan í frá hélt hann taumunum stífum og vann vandlega.

Prima che la giornata finisse, Buck aveva portato a termine gran parte del suo compito.

Áður en deginum lauk hafði Buck náð tökum á stórum hluta verkefnisins.

I suoi compagni di squadra quasi smisero di correggerlo o di morderlo.

Liðsfélagar hans hættu næstum því að leiðrétta hann eða bíta.

La frusta di François schioccava nell'aria sempre meno spesso.

Svipa François braust sjaldnar og sjaldnar í loftinu.

Perrault sollevò addirittura i piedi di Buck ed esaminò attentamente ogni zampa.

Perrault lyfti meira að segja fótum Bucks og skoðaði vandlega hverja loppu.

Era stata una giornata di corsa dura, lunga ed estenuante per tutti loro.

Þetta hafði verið erfiður hlaupadagur, langur og þreytandi fyrir þau öll.

Risalirono il Cañon, attraversarono Sheep Camp e superarono le Scales.

Þau ferðuðust upp Cañon, í gegnum Sheep Camp og framhjá Scales.

Superarono il limite della vegetazione arborea, poi ghiacciai e cumuli di neve alti diversi metri.

Þau fóru yfir skógarmörkin, síðan jökla og margra feta djúpa snjóskafla.

Scalarono il grande e freddo Chilkoot Divide.

Þau klifru upp hina miklu, kalda og ógnvekjandi Chilkoot-kvísl.

Quella cresta elevata si ergeva tra l'acqua salata e l'interno ghiacciato.

Þessi hái hryggur stóð á milli saltvatns og frosnu innri jarðar.

Le montagne custodivano il triste e solitario Nord con ghiaccio e ripide salite.

Fjöllin vörðuðu hið dapurlega og einmana norðurland með ís og bröttum brekkum.

Scesero rapidamente lungo una lunga catena di laghi sotto la dorsale.

Þau nutu góðs tíma niður langa keðju vatna fyrir neðan skilin.

Questi laghi riempivano gli antichi crateri di vulcani spenti.

Þessi vötn fylltu forna gíga útdauðra eldfjalla.

Quella notte tardi raggiunsero un grande accampamento presso il lago Bennett.

Seint um kvöldið komu þeir að stórum tjaldbúðum við Bennett-vatn.

Migliaia di cercatori d'oro erano lì, intenti a costruire barche per la primavera.

Þúsundir gullleitenda voru þar að smíða báta fyrir vorið.

Il ghiaccio si sarebbe presto rotto e dovevano essere pronti.

Ísinn myndi brátt brotna og þeir urðu að vera viðbúnir.

Buck scavò la sua buca nella neve e cadde in un sonno profondo.

Buck gróf holu sína í snjónum og sofnaði djúpt.

Dormiva come un lavoratore, esausto dopo una dura giornata di lavoro.

Hann svaf eins og verkamaður, úrvinda eftir erfiðan dag.

Ma venne strappato al sonno troppo presto, nell'oscurità.

En of snemma í myrkrinu var hann dreginn upp úr svefni.

Fu nuovamente imbrigliato insieme ai suoi compagni e attaccato alla slitta.

Hann var beislaður aftur með félögum sínum og festur við sleðann.

Quel giorno percorsero quaranta miglia, perché la neve era ben calpestata.

Þann dag óku þau fjörutíu mílur, því að snjórinn var vel troðinn.

Il giorno dopo, e per molti giorni a seguire, la neve era soffice.

Daginn eftir, og í marga daga á eftir, var snjórinn mjúkur.

Dovettero farsi strada da soli, lavorando di più e muovendosi più lentamente.

Þau urðu að leggja leiðina sjálf, vinna meira og fara hægar.
Di solito, Perrault camminava davanti alla squadra con le ciaspole palmate.
Venjulega gekk Perrault á undan liðinu á snjóþrúgum með vefjum.
I suoi passi compattavano la neve, facilitando lo spostamento della slitta.
Skref hans þjöppuðu snjóinn og auðveldaði sleðanum að hreyfast.
François, che era al timone della barca a vela, a volte prendeva il comando.
François, sem stýrði frá stönginni, tók stundum við.
Ma era raro che François prendesse l'iniziativa
En það var sjaldgæft að François tæki forystuna.
perché Perrault aveva fretta di consegnare le lettere e i pacchi.
því að Perrault var í óðaönn að afhenda bréfin og pakkana.
Perrault era orgoglioso della sua conoscenza della neve, e in particolare del ghiaccio.
Perrault var stoltur af þekkingu sinni á snjó, og sérstaklega ís.
Questa conoscenza era essenziale perché il ghiaccio autunnale era pericolosamente sottile.
Sú þekking var nauðsynleg, því haustísinn var hættulega þunnur.
Dove l'acqua scorreva rapidamente sotto la superficie non c'era affatto ghiaccio.
Þar sem vatn rann hratt undir yfirborðinu var enginn ís yfir höfuð.

Giorno dopo giorno, la stessa routine si ripeteva senza fine.
Dag eftir dag endurtók sama rútínan sig án enda.
Buck lavorava senza sosta con le redini, dall'alba alla sera.
Buck stritaði endalaust í taumunum frá dögun til kvölds.
Lasciarono l'accampamento al buio, molto prima che sorgesse il sole.
Þau yfirgáfu tjaldbúðirnar í myrkrinu, löngu áður en sólin var komin upp.

Quando spuntò l'alba, avevano già percorso molti chilometri.

Þegar dagsbirta rann voru margar mílur þegar að baki þeim.

Si accamparono dopo il tramonto, mangiando pesce e scavando buche nella neve.

Þau settu upp tjaldbúðir eftir að myrkrið skall á, borðuðu fisk og grófu sig í snjó.

Buck era sempre affamato e non era mai veramente soddisfatto della sua razione.

Buck var alltaf svangur og aldrei alveg ánægður með matinn sinn.

Riceveva ogni giorno mezzo chilo di salmone essiccato.

Hann fékk eitt og hálft pund af þurrkuðum laxi á hverjum degi.

Ma il cibo sembrò svanire dentro di lui, lasciandogli solo la fame.

En maturinn virtist hverfa innra með honum og skildi hungrið eftir.

Soffriva di continui morsi della fame e sognava di avere più cibo.

Hann þjáðist af stöðugum hungurkvölum og dreymdi um meiri mat.

Gli altri cani hanno ricevuto solo mezzo chilo di cibo, ma sono rimasti forti.

Hinir hundarnir fengu aðeins eitt pund af mat, en þeir héldu áfram að vera sterkir.

Erano più piccoli ed erano nati in una società nordica.

Þau voru minni og höfðu fæðst inn í lífið á norðlægum slóðum.

Perse rapidamente la pignoleria che aveva caratterizzato la sua vecchia vita.

Hann missti fljótt þá nákvæmni sem hafði einkennt fyrra líf hans.

Fino a quel momento era stato un mangiatore prelibato, ma ora non gli era più possibile.

Hann hafði verið mikill matarlystarmaður, en nú var það ekki lengur mögulegt.

I suoi compagni arrivarono primi e gli rubarono la razione rimasta.

Félagar hans kláruðu fyrstir og rændu honum ókláruðum skammti hans.

Una volta cominciati, non c'era più modo di difendere il cibo da loro.

Þegar þeir voru byrjaðir var engin leið að verja matinn hans fyrir þeim.

Mentre lui lottava contro due o tre cani, gli altri rubarono il resto.

Á meðan hann barðist við tvo eða þrjá hunda, stálu hinir afganginum.

Per risolvere il problema, cominciò a mangiare velocemente come mangiavano gli altri.

Til að laga þetta byrjaði hann að borða jafn hratt og hinir borðuðu.

La fame lo spingeva così forte che arrivò persino a prendere del cibo non suo.

Hungrið ýtti svo mikið undir hann að hann borðaði jafnvel mat sem ekki var hans eigin.

Osservò gli altri e imparò rapidamente dalle loro azioni.

Hann fylgdist með hinum og lærði fljótt af gjörðum þeirra.

Vide Pike, un nuovo cane, rubare una fetta di pancetta a Perrault.

Hann sá Pike, nýjan hund, stela beikonsneið frá Perrault.

Pike aveva aspettato che Perrault gli voltasse le spalle per rubare la pagnotta.

Pike hafði beðið þangað til Perrault hafði snúið baki við til að stela beikoninu.

Il giorno dopo, Buck copiò Pike e rubò l'intero pezzo.

Daginn eftir hermdi Buck eftir Pike og stal öllum klumpnum.

Seguì un gran tumulto, ma Buck non fu sospettato.

Mikil uppnámi fylgdi í kjölfarið, en Buck var ekki grunaður.

Al suo posto venne punito Dub, un cane goffo che veniva sempre beccato.

Dub, klaufalegur hundur sem alltaf var gripinn, var refsað í staðinn.

Quel primo furto fece di Buck un cane adatto a sopravvivere al Nord.

Þessi fyrsti þjófnaður markaði Buck sem hund sem hæfan til að lifa af í norðri.

Ha dimostrato di sapersi adattare alle nuove condizioni e di saper imparare rapidamente.

Hann sýndi að hann gat aðlagað sig að nýjum aðstæðum og lært hratt.

Senza tale adattabilità, sarebbe morto rapidamente e gravemente.

Án slíkrar aðlögunarhæfni hefði hann dáið hratt og illa.

Segnò anche il crollo della sua natura morale e dei suoi valori passati.

Það markaði einnig niðurbrot siðferðislegs eðlis hans og fyrri gildi.

Nel Southland aveva vissuto secondo la legge dell'amore e della gentilezza.

Á Suðurlandi hafði hann lifað undir lögmáli kærleika og góðvildar.

Lì aveva senso rispettare la proprietà e i sentimenti degli altri cani.

Þar var skynsamlegt að virða eignir og tilfinningar annarra hunda.

Ma i Northland seguivano la legge del bastone e la legge della zanna.

En Norðurlandið fylgdi lögum um kylfu og lögum um vígtennur.

Chiunque rispettasse i vecchi valori era uno sciocco e avrebbe fallito.

Sá sem virti gömul gildi hér var heimskur og myndi mistakast.

Buck non rifletté su tutto questo nella sua mente.

Buck hugsaði ekki allt þetta út í huga sér.

Era in forma e quindi si adattò senza pensarci due volte.

Hann var í formi og aðlagaði sig því án þess að þurfa að hugsa.

In tutta la sua vita non era mai fuggito da una rissa.

Alla ævi hafði hann aldrei flúið bardaga.

Ma la mazza di legno dell'uomo con il maglione rosso cambiò la regola.

En trékylfan hjá manninum í rauða peysunni breytti þeirri reglu.

Ora seguiva un codice più profondo e antico, inscritto nel suo essere.

Nú fylgdi hann dýpri, eldri kóða sem var ritaður í veru hans.

Non rubava per piacere, ma per il dolore della fame.

Hann stal ekki af ánægju, heldur af hungursneyð.

Non rubava mai apertamente, ma rubava con astuzia e attenzione.

Hann rændi aldrei opinberlega, heldur stal af lævísi og gætni.

Agì per rispetto verso la clava di legno e per paura delle zanne.

Hann gerði það af virðingu fyrir trékylfunni og ótta við vígtennuna.

In breve, ha fatto ciò che era più facile e sicuro che non farlo.

Í stuttu máli gerði hann það sem var auðveldara og öruggara en að gera það ekki.

Il suo sviluppo, o forse il suo ritorno ai vecchi istinti, fu rapido.

Þroski hans — eða kannski afturhvarf hans til gamalla eðlishvöta — var hraður.

I suoi muscoli si indurirono fino a diventare forti come il ferro.

Vöðvarnir hans harðnuðu þar til þeir voru eins sterkir og járn.

Non gli importava più del dolore, a meno che non fosse grave.

Hann var ekki lengur hræddur við sársaukann, nema hann væri alvarlegur.

Divenne efficiente dentro e fuori, senza sprecare nulla.

Hann varð duglegur að innan sem utan og sóaði engu.

Poteva mangiare cose disgustose, marce o difficili da digerire.

Hann gat borðað það sem var viðurstyggilegt, rotið eða erfitt að melta.

Qualunque cosa mangiasse, il suo stomaco ne sfruttava ogni singolo pezzetto di valore.

Hvað sem hann át, þá notaði maginn hans hverja einustu bita af verðmætum.

Il suo sangue trasportava i nutrienti in tutto il suo potente corpo.

Blóð hans bar næringarefnin langt um allan öfluga líkama hans.

Ciò gli ha permesso di sviluppare tessuti forti che gli hanno conferito un'incredibile resistenza.

Þetta byggði upp sterka vefi sem gáfu honum ótrúlega þolgæði.

La sua vista e il suo olfatto diventarono molto più sensibili di prima.

Sjón hans og lyktarskyn urðu miklu næmari en áður.

Il suo udito diventò così acuto che riusciva a percepire anche i suoni più deboli durante il sonno.

Heyrn hans varð svo skarp að hann gat greint dauf hljóð í svefni.

Nei sogni sapeva se quei suoni significavano sicurezza o pericolo.

Hann vissi í draumum sínum hvort hljóðin þýddu öryggi eða hættu.

Imparò a mordere con i denti il ghiaccio tra le dita dei piedi.

Hann lærði að bíta ísinn á milli tánna með tönnunum.

Se una pozza d'acqua si ghiacciava, lui rompeva il ghiaccio con le gambe.

Ef vatnsból fraus yfir, braut hann ísinn með fótunum.

Si impennò e colpì duramente il ghiaccio con gli arti anteriori rigidi.

Hann reis á fætur og sló fast í ísinn með stífum framfótum.

La sua abilità più sorprendente era quella di prevedere i cambiamenti del vento durante la notte.

Helsta hæfileiki hans var að spá fyrir um vindbreytingar á nóttunni.

Anche quando l'aria era immobile, sceglieva luoghi riparati dal vento.

Jafnvel þegar kyrrt var í loftinu valdi hann staði sem voru skjólgóðir fyrir vindi.

Ovunque scavasse il nido, il vento del giorno dopo lo superava.

Hvar sem hann gróf hreiður sitt, fór vindurinn næsta dag fram hjá honum.

Alla fine si ritrovava sempre al sicuro e protetto, al riparo dal vento.

Hann endaði alltaf hlýlega og varinn, í leysingunni frá vindinum.

Buck non solo imparò dall'esperienza: anche il suo istinto tornò.

Buck lærði ekki aðeins af reynslunni — eðlishvötin kom líka aftur.

Le abitudini delle generazioni addomesticate cominciarono a scomparire.

Venjur tamdra kynslóða fóru að falla úr gildi.

Ricordava vagamente i tempi antichi della sua razza.

Á óljósan hátt minntist hann fornaldar kynþáttar síns.

Ripensò a quando i cani selvatici correvano in branco nelle foreste.

Hann hugsaði til baka til þess tíma þegar villihundar hlupu í hópum um skóga.

Avevano inseguito e ucciso la loro preda mentre la inseguivano.

Þeir höfðu elt bráð sína og drepið hana á meðan þeir eltu hana.

Per Buck fu facile imparare a combattere con forza e velocità.

Það var auðvelt fyrir Buck að læra að berjast með tönn og hraða.

Come i suoi antenati, usava tagli, squarci e schiocchi rapidi.

Hann notaði skurði, rista og snögga smellu rétt eins og forfeður hans.

Quegli antenati si risvegliarono in lui e risvegliarono la sua natura selvaggia.

Þessir forfeður hrærðust í honum og vöktu villta eðli hans.

Le loro vecchie abilità gli erano state trasmesse attraverso la linea di sangue.

Gamlir hæfileikar þeirra höfðu erfst til hans í gegnum ættlínuna.

Ora i loro trucchi erano suoi, senza bisogno di pratica o sforzo.

Brellur þeirra voru nú hans, án þess að þörf væri á æfingu eða fyrirhöfn.

Nelle notti fredde e tranquille, Buck sollevava il naso e ululò.

Á köldum, köldum nóttum lyfti Buck nefinu og ýlfraði.

Ululò a lungo e profondamente, come facevano i lupi tanto tempo fa.

Hann ýlfraði langt og djúpt, eins og úlfar höfðu gert fyrir löngu síðan.

Attraverso di lui, i suoi antenati defunti puntarono il naso e ululàrono.

Í gegnum hann bentu látnir forfeður hans nefinu og úlfuðu.

Hanno ululato attraverso i secoli con la sua voce e la sua forma.

Þau úlfuðu niður í gegnum aldirnar í röddu hans og lögun.

Le sue cadenze erano le loro, vecchi gridi che parlavano di dolore e di freddo.

Rytmar hans voru þeirra, gömul óp sem sögðu frá sorg og kulda.

Cantavano dell'oscurità, della fame e del significato dell'inverno.

Þau sungu um myrkrið, um hungur og merkingu vetrarins.

Buck ha dimostrato come la vita sia plasmata da forze che vanno oltre noi stessi,

Buck sannaði hvernig lífið er mótað af kröftum utan manns sjálfs,

l'antico canto risuonò nelle vene di Buck e si impadronì della sua anima.

Hin forni söngur reis upp í gegnum Buck og náði tökum á sál hans.

Ritrovò se stesso perché gli uomini avevano trovato l'oro nel Nord.

Hann fann sjálfan sig vegna þess að menn höfðu fundið gull í norðri.

E lo trovò perché Manuel, l'aiutante giardiniere, aveva bisogno di soldi.

Og hann fann sig vegna þess að Manuel, aðstoðarmaður garðyrkjumannsins, þurfti peninga.

La Bestia Primordiale Dominante
Ríkjandi frumdýrið

La bestia primordiale dominante era più forte che mai in Buck.

Ríkjandi frumdýrið var jafn sterkt og alltaf í Buck.

Ma la bestia primordiale dominante era rimasta dormiente in lui.

En ríkjandi frumdýrið hafði legið í dvala í honum.

La vita sui sentieri era dura, ma rafforzava la bestia che era in Buck.

Lífið á gönguleiðinni var hart, en það styrkti skepnuna innra með Buck.

Segretamente la bestia diventava sempre più forte ogni giorno.

Leynilega varð skepnan sterkari og sterkari með hverjum deginum.

Ma quella crescita interiore è rimasta nascosta al mondo esterno.

En þessi innri vöxtur var falinn fyrir umheiminum.

Una forza primordiale calma e silenziosa si stava formando dentro Buck.

Rólegur og rólegur frumkraftur var að myndast innra með Buck.

Una nuova astuzia diede a Buck equilibrio, calma e compostezza.

Ný slægð gaf Buck jafnvægi, ró og stjórn.

Buck si concentrò molto sull'adattamento, senza mai sentirsi completamente rilassato.

Buck einbeitti sér mikið að því að aðlagast og fann sig aldrei alveg afslappaðan.

Evitava i conflitti, non iniziava mai litigi e non cercava mai guai.

Hann forðaðist átök, byrjaði aldrei rifrildi né leitaði vandræða.

Ogni mossa di Buck era scandita da una riflessione lenta e costante.

Hæg og jöfn hugsun mótaði hverja hreyfingu Bucks.

Evitava scelte avventate e decisioni improvvise e sconsiderate.
Hann forðaðist fljótfærnislegar ákvarðanir og skyndilegar, gálausar ákvarðanir.
Sebbene Buck odiasse profondamente Spitz, non gli mostrò alcuna aggressività.
Þótt Buck hataði Spitz innilega sýndi hann honum enga árásargirni.
Buck non provocò mai Spitz e mantenne le sue azioni moderate.
Buck ögraði Spitz aldrei og hélt hófi sínu.
Spitz, d'altro canto, percepì il pericolo crescente in Buck.
Spitz, hins vegar, skynjaði vaxandi hættu steðjað að Buck.
Vedeva Buck come una minaccia e una seria sfida al suo potere.
Hann leit á Buck sem ógn og alvarlega áskorun við völd sín.
Coglieva ogni occasione per ringhiare e mostrare i suoi denti aguzzi.
Hann notaði hvert tækifæri til að urra og sýna hvassar tennurnar sínar.
Stava cercando di dare inizio allo scontro mortale che sarebbe dovuto avvenire.
Hann var að reyna að hefja þá banvænu baráttu sem átti eftir að koma.
All'inizio del viaggio, tra loro scoppiò quasi una lite.
Snemma í ferðinni var næstum því komið til slagsmála á milli þeirra.
Ma un incidente inaspettato impedì che il combattimento avesse luogo.
En óvænt slys kom í veg fyrir að átökin hefðu átt sér stað.
Quella sera si accamparono sul gelido lago Le Barge.
Um kvöldið settu þau upp tjaldbúðir við hið bitrandi kalda Le Barge-vatn.
La neve cadeva fitta e il vento era tagliente come una lama.
Snjórinn var að falla og vindurinn skar eins og hnífur.
La notte era scesa troppo in fretta e l'oscurità li aveva avvolti.
Nóttin kom of hratt og myrkrið umlukti þau.

**Difficilmente avrebbero potuto scegliere un posto peggiore
per riposare.**
Þau hefðu varla getað valið sér verri hvíldarstað.
I cani cercavano disperatamente un posto dove sdraiarsi.
Hundarnir leituðu örvæntingarfullir að stað til að leggjast
niður.
Dietro il piccolo gruppo si ergeva un'alta parete rocciosa.
Hár klettaveggur reis bratt fyrir aftan litla hópinn.
Per alleggerire il carico, la tenda era stata lasciata a Dyea.
Tjaldið hafði verið skilið eftir í Dyea til að létta álagið.
**Non avevano altra scelta che accendere il fuoco direttamente
sul ghiaccio.**
Þeir höfðu ekkert annað val en að kveikja eldinn á ísnum
sjálfum.
**Stendevano i loro accappatoi direttamente sul lago
ghiacciato.**
Þau breiddu svefnför sín beint á islagða vatnið.
**Qualche pezzo di legno galleggiante dava loro un po' di
fuoco.**
Nokkrir rekaviðarstafir gáfu þeim smá eld.
**Ma il fuoco è stato acceso sul ghiaccio e attraverso di esso si
è scongelato.**
En eldurinn var kveiktur á ísnum og þiðnaði í gegnum hann.
Alla fine cenarono al buio.
Loksins borðuðu þau kvöldmatinn sinn í myrkri.
**Buck si rannicchiò accanto alla roccia, al riparo dal vento
freddo.**
Buck krullaði sig saman við klettinn, skjólgóð fyrir köldum
vindinum.
**Il posto era così caldo e sicuro che Buck non voleva
andarsene.**
Staðurinn var svo hlýr og öruggur að Buck hataði að flytja í
burtu.
**Ma François aveva scaldato il pesce e stava distribuendo le
razioni.**
En François hafði hitað fiskinn og var að úthluta
matarskammti.

Buck finì di mangiare in fretta e tornò a letto.

Buck lauk fljótt við að borða og fór aftur upp í rúmið sitt.

Ma Spitz ora giaceva dove Buck aveva preparato il suo letto.

En Spitz lá nú þar sem Buck hafði búið um rúmið sitt.

Un ringhio basso avvertì Buck che Spitz si rifiutava di muoversi.

Lágt urr varaði Buck við því að Spitz neitaði að hreyfa sig.

Finora Buck aveva evitato lo scontro con Spitz.

Þangað til nú hafði Buck forðast þessa baráttu við Spitz.

Ma nel profondo di Buck la bestia alla fine si liberò.

En djúpt inni í Buck braust skepnan loksins laus.

Il furto del suo posto letto era troppo da tollerare.

Þjófnaðurinn á svefnplássi hans var of mikið til að þola.

Buck si lanciò contro Spitz, pieno di rabbia e furore.

Buck stökk á Spitz, fullur reiði og bræði.

Fino a quel momento Spitz aveva pensato che Buck fosse solo un grosso cane.

Þangað til ekki hafði Spitz haldið að Buck væri bara stór hundur.

Non pensava che Buck fosse sopravvissuto grazie al suo spirito.

Hann hélt ekki að Buck hefði lifað af í gegnum anda sinn.

Si aspettava paura e codardia, non furia e vendetta.

Hann bjóst við ótta og hugleysi, ekki reiði og hefnd.

François rimase a guardare mentre entrambi i cani schizzavano fuori dal nido in rovina.

François starði á meðan báðir hundarnir stukku úr rústuðu hreiðrinu.

Capì subito cosa aveva scatenato quella violenta lotta.

Hann skildi þegar í stað hvað hafði hrundið af stað þessari villtu baráttu.

"Aa-ah!" gridò François in sostegno del cane marrone.

„A-a!" hrópaði François til stuðnings brúna hundinum.

"Dategli una bella lezione! Per Dio, punite quel ladro furbo!"

„Látið hann berja! Fyrir Guði, refsið þessum lævísa þjófi!"

Spitz dimostrò altrettanta prontezza e fervore nel combattere.

Spitz sýndi jafnan vilja og mikinn ákafa til að berjast.

Gridò di rabbia mentre girava velocemente in tondo, cercando un varco.

Hann hrópaði upp af reiði á meðan hann hringdi hratt í leit að opnun.

Buck mostrò la stessa fame di combattere e la stessa cautela.

Buck sýndi sömu baráttuþrá og sömu varúð.

Anche lui girò intorno al suo avversario, cercando di avere la meglio nella battaglia.

Hann hringdi líka í kringum andstæðing sinn og reyndi að ná yfirhöndinni í bardaganum.

Poi accadde qualcosa di inaspettato e cambiò tutto.

Þá gerðist eitthvað óvænt og breytti öllu.

Quel momento ritardò l'eventuale lotta per la leadership.

Sú stund tafði fyrir endanlegri baráttu um forystuna.

Ci sarebbero ancora molti chilometri di sentiero e di lotta da percorrere prima della fine.

Margar kílómetra af slóð og barátta biðu enn fyrir endalokunum.

Perrault urlò un'imprecazione mentre una mazza colpiva l'osso.

Perrault hrópaði eið þegar kylfa lamdi við bein.

Seguì un acuto grido di dolore, poi il caos esplose tutt'intorno.

Skarpt sársaukaóp fylgdi í kjölfarið, síðan braust út ringulreið allt í kring.

Forme scure si muovevano nell'accampamento: husky selvatici, affamati e feroci.

Dökkar verur hreyfðust í búðunum; villtir huskyr, sveltir og grimmir.

Quattro o cinque dozzine di husky avevano fiutato l'accampamento da molto lontano.

Fjórir eða fimm tugir husky-hunda höfðu þefað af búðunum úr fjarlægð.

Si erano introdotti furtivamente mentre i due cani litigavano lì vicino.

Þeir höfðu laumast hljóðlega inn á meðan hundarnir tveir börðust í grenndinni.

François e Perrault si lanciarono all'attacco, colpendo con i manganelli gli invasori.

François og Perrault réðust á og sveifluðu kylfum að innrásarhermum.

Gli husky affamati mostrarono i denti e si dibatterono freneticamente.

Sveltandi husky-hundarnir sýndu tennurnar og börðust á móti í ofboði.

L'odore della carne e del pane li aveva fatti superare ogni paura.

Lyktin af kjöti og brauði hafði hrætt þau yfir allan ótta.

Perrault picchiò un cane che aveva nascosto la testa nella buca delle vivande.

Perrault barði hund sem hafði grafið höfuðið í matarkistuna.

Il colpo fu violento e la scatola si ribaltò, facendo fuoriuscire il cibo.

Höggið var hart og kassinn hvolfdi og matur lak út.

Nel giro di pochi secondi, una ventina di bestie feroci si avventarono sul pane e sulla carne.

Á nokkrum sekúndum rifuðu tugir villidýra í brauðið og kjötið.

I bastoni degli uomini sferrarono un colpo dopo l'altro, ma nessun cane si allontanò.

Karlaklúbbarnir lentu högg á fætur öðru, en enginn hundur sneri sér undan.

Urlavano di dolore, ma continuarono a lottare finché non rimase più cibo.

Þau úlfuðu af sársauka en börðust þar til enginn matur var eftir.

Nel frattempo i cani da slitta erano saltati giù dalle loro culle innevate.

Á meðan höfðu sleðahundarnir stokkið úr snjóþöktum rúmum sínum.

Furono immediatamente attaccati dai feroci e affamati husky.

Þeir voru þegar í stað ráðist af grimmilegum, svöngum husky-hundum.

Buck non aveva mai visto prima creature così selvagge e affamate.

Buck hafði aldrei séð svona villtar og sveltar skepnur áður.

La loro pelle pendeva flaccida, nascondendo a malapena lo scheletro.

Húðin á þeim hékk laus og huldi varla beinagrindurnar.

C'era un fuoco nei loro occhi, per fame e follia

Í augum þeirra logaði eldur, af hungri og brjálæði

Non c'era modo di fermarli, di resistere al loro assalto selvaggio.

Ekkert var hægt að stöðva þá; enginn gat veitt þeim mótspyrnu gegn grimmd þeirra.

I cani da slitta vennero spinti indietro e premuti contro la parete della scogliera.

Sleðahundarnir voru ýttir til baka, þrýstir upp að klettaveggnum.

Tre husky attaccarono Buck contemporaneamente, lacerandogli la carne.

Þrír huskyhundar réðust á Buck í einu og rifu í hold hans.

Il sangue gli colava dalla testa e dalle spalle, dove era stato tagliato.

Blóð rann úr höfði hans og öxlum, þar sem hann hafði verið skorinn.

Il rumore riempì l'accampamento: ringhi, guaiti e grida di dolore.

Hávaðinn fyllti búðirnar; urr, æp og sársaukaóp.

Billee pianse forte, come al solito, presa dal panico e dalla mischia.

Billee grét hátt, eins og venjulega, gripinn af átökunum og óttanum.

Dave e Solleks rimasero fianco a fianco, sanguinanti ma con aria di sfida.

Dave og Solleks stóðu hlið við hlið, blóðugir en þrjóskir.

Joe lottava come un demonio, mordendo tutto ciò che gli si avvicinava.

Joe barðist eins og djöfull og beit allt sem kom nálægt.

Con un violento schiocco di mascelle schiacciò la zampa di un husky.

Hann kramið fót á husky-hundi með einu hrottalegu kjálkaknissmelli.

Pike saltò sull'husky ferito e gli ruppe il collo all'istante.

Pikka stökk á særða husky-hundinn og braut hann samstundis hálsinn.

Buck afferrò un husky per la gola e gli strappò la vena.

Buck greip hes hund í hálsinn og reif í gegnum æðina.

Il sangue schizzò e il sapore caldo mandò Buck in delirio.

Blóð sprautaðist og heita bragðið gerði Buck æstan.

Si lanciò contro un altro aggressore senza esitazione.

Hann kastaði sér án þess að hika við að ráðast á annan árásarmann.

Nello stesso momento, denti aguzzi si conficcarono nella gola di Buck.

Á sama augnabliki grófu hvassar tennur sig í háls Bucks.

Spitz aveva colpito di lato, attaccando senza preavviso.

Spitz hafði skotið til hliðar og ráðist á án viðvörunar.

Perrault e François avevano sconfitto i cani rubando il cibo.

Perrault og François höfðu sigrað hundana sem stálu matnum.

Ora si precipitarono ad aiutare i loro cani a respingere gli aggressori.

Nú hlupu þau til að hjálpa hundunum sínum að berjast gegn árásarmönnum.

I cani affamati si ritirarono mentre gli uomini roteavano i loro manganelli.

Sveltandi hundarnir hörfuðu á meðan mennirnir sveifluðu kylfunum sínum.

Buck riuscì a liberarsi dall'attacco, ma la fuga fu breve.

Buck slapp undan árásinni en flóttinn var skammur.

Gli uomini corsero a salvare i loro cani e gli husky tornarono ad attaccarli.

Mennirnir hlupu til að bjarga hundunum sínum og husky-hundarnir þyrptust aftur að.

Billee, spaventato e coraggioso, si lanciò nel branco di cani.

Billee, hræddur og hugrakkur, stökk inn í hundahópinn.
Ma poi fuggì attraverso il ghiaccio, in preda al terrore e al panico.
En þá flúði hann yfir ísinn, í ótta og læti.
Pike e Dub li seguirono da vicino, correndo per salvarsi la vita.
Pike og Dub fylgdu fast á eftir og hlupu fyrir líf sitt.
Il resto della squadra si disperse e li inseguì.
Restin af liðinu hrundi og dreifðist, á eftir þeim.
Buck raccolse le forze per correre, ma poi vide un lampo.
Buck safnaði kröftum sínum til að hlaupa, en sá þá leifturljós.
Spitz si lanciò verso Buck, cercando di buttarlo a terra.
Spitz stökk að hlið Bucks og reyndi að fella hann.
Sotto quella banda di husky, Buck non avrebbe avuto scampo.
Undir þessum hópi husky-hunda hefði Buck enga undankomuleið átt.
Ma Buck rimase fermo e si preparò al colpo di Spitz.
En Buck stóð fastur og bjó sig undir höggið frá Spitz.
Poi si voltò e corse sul ghiaccio con la squadra in fuga.
Þá sneri hann sér við og hljóp út á ísinn með flóttaliðinu.

Più tardi i nove cani da slitta si radunarono al riparo del bosco.
Seinna söfnuðust sleðahundarnir níu saman í skjóli skógarins.
Nessuno li inseguiva più, ma erano malconci e feriti.
Enginn elti þá lengur, en þeir voru barðir og særðir.
Ogni cane presentava delle ferite: quattro o cinque tagli profondi su ogni corpo.
Hver hundur var með sár; fjóra eða fimm djúpa skurði á hverjum líkama.
Dub aveva una zampa posteriore ferita e ora faceva fatica a camminare.
Dub var með meiðsli á afturfóti og átti erfitt með að ganga núna.
Dolly, l'ultimo cane arrivato da Dyea, aveva la gola tagliata.
Dolly, nýjasti hundurinn frá Dyea, var með skurð á hálsi.

Joe aveva perso un occhio e l'orecchio di Billee era stato tagliato a pezzi

Joe hafði misst augað og eyrað á Billee var skorið í sundur.

Tutti i cani piansero per il dolore e la sconfitta durante la notte.

Allir hundarnir grétu af sársauka og ósigri alla nóttina.

All'alba tornarono lentamente all'accampamento, doloranti e distrutti.

Í dögun læddust þeir aftur til búðanna, sárir og sundraðir.

Gli husky erano scomparsi, ma il danno era fatto.

Huskí-hundarnir voru horfnir en skaðinn var skeður.

Perrault e François erano di pessimo umore e osservavano le rovine.

Perrault og François stóðu í vondu skapi yfir rústunum.

Metà del cibo era sparito, rubato dai ladri affamati.

Helmingurinn af matnum var horfinn, rændur af svöngum þjófum.

Gli husky avevano strappato le corde e la tela della slitta.

Huskí-hundarnir höfðu rifið sig í gegnum sleðabindingar og striga.

Tutto ciò che aveva odore di cibo era stato divorato completamente.

Allt sem lyktaði af mat hafði verið gjörsamlega étið upp.

Mangiarono un paio di stivali da viaggio in pelle di alce di Perrault.

Þau átu par af ferðastígvélum Perraults úr elgskinn.

Hanno masticato le pelli e rovinato i cinturini rendendoli inutilizzabili.

Þau tuggðu leðurreimar og eyðilögðu ólar sem voru ónýtir.

François smise di fissare la frusta strappata per controllare i cani.

François hætti að stara á rifin augnhár til að athuga hundana.

«Ah, amici miei», disse con voce bassa e preoccupata.

„Æ, vinir mínir," sagði hann lágt og áhyggjufullur.

"Forse tutti questi morsi vi trasformeranno in bestie pazze."

„Kannski breyta öll þessi bit ykkur í brjálaðar skepnur."

"Forse tutti cani rabbiosi, sacredam! Che ne pensi, Perrault?"

„Kannski allir brjálaðir hundar, heilagur maður! Hvað heldurðu, Perrault?"

Perrault scosse la testa, con gli occhi scuri per la preoccupazione e la paura.

Perrault hristi höfuðið, augun dökk af áhyggjum og ótta.

C'erano ancora quattrocento miglia tra loro e Dawson.

Fjögur hundruð mílur voru enn á milli þeirra og Dawsons.

La follia dei cani potrebbe ormai distruggere ogni possibilità di sopravvivenza.

Hundaæði gæti nú eyðilagt alla möguleika á að lifa af.

Hanno passato due ore a imprecare e a cercare di riparare l'attrezzatura.

Þau eyddu tveimur klukkustundum í að blótsyrða og reyna að laga búnaðinn.

La squadra ferita alla fine lasciò l'accampamento, distrutta e sconfitta.

Særða liðið yfirgaf loksins búðirnar, brotið og sigrað.

Questo è stato il sentiero più duro finora e ogni passo è stato doloroso.

Þetta var erfiðasta leiðin hingað til og hvert skref var sársaukafullt.

Il fiume Thirty Mile non era ghiacciato e scorreva impetuoso.

Þrjátíu mílna áin hafði ekki frosið og fossaði villt.

Soltanto nei punti calmi e nei vortici il ghiaccio riusciva a resistere.

Aðeins á kyrrum stöðum og í hvirfilvindum tókst ísnum að haldast.

Trascorsero sei giorni di duro lavoro per percorrere le trenta miglia.

Sex dagar af erfiðri vinnu liðu þar til þrjátíu mílurnar voru unnar.

Ogni miglio del sentiero porta con sé pericoli e minacce di morte.

Hver kílómetri af slóðinni bar með sér hættu og ógn um dauða.

Uomini e cani rischiavano la vita a ogni passo doloroso.

Mennirnir og hundarnir hættu lífi sínu með hverju sársaukafullu skrefi.

Perrault riuscì a superare i sottili ponti di ghiaccio una dozzina di volte.

Perrault braust í gegnum þunnar ísbrýr tylft sinnum.

Prese un palo e lo lasciò cadere nel buco creato dal suo corpo.

Hann bar stöng og lét hana falla þvert yfir gatið sem líkami hans gerði.

Quel palo salvò Perrault più di una volta dall'annegamento.

Oftar en einu sinni bjargaði sú stöng Perrault frá drukknun.

L'ondata di freddo persisteva, la temperatura era di cinquanta gradi sotto zero.

Kuldakastið hélst fast, loftið var fimmtíu gráður undir frostmarki.

Ogni volta che cadeva, Perrault era costretto ad accendere un fuoco per sopravvivere.

Í hvert skipti sem hann féll ofan í varð Perrault að kveikja eld til að lifa af.

Gli abiti bagnati si congelavano rapidamente, perciò li faceva asciugare vicino al calore cocente.

Blaut föt frusu hratt, svo hann þurrkaði þau nálægt brennandi hita.

Perrault non provava mai paura, e questo faceva di lui un corriere.

Perrault kæmi aldrei til ótta og það gerði hann að sendiboða.

Fu scelto per affrontare il pericolo e lo affrontò con silenziosa determinazione.

Hann var valinn til að takast á við hættuna og hann mætti henni með rólegri einbeitni.

Si spinse in avanti controvento, con il viso raggrinzito e congelato.

Hann hélt áfram gegn vindinum, visnað andlit hans frostbitið.

Perrault li guidò in avanti dall'alba al tramonto.

Frá daufri dögun til myrkurs leiddi Perrault þá áfram.

Camminava sul ghiaccio sottile che scricchiolava a ogni passo.

Hann gekk á þröngum ísbrúnum sem sprakk við hvert skref.

Non osavano fermarsi: ogni pausa rischiava di provocare un crollo mortale.

Þau þorðu ekki að stoppa — hver þögn leiddi til banvæns hruns.

Una volta la slitta si ruppe, trascinando dentro Dave e Buck.

Einu sinni braut sleðann í gegn og dró Dave og Buck inn.

Quando furono liberati, entrambi erano quasi congelati.

Þegar þeim var dregið lausum voru þau bæði næstum frosin.

Gli uomini accesero rapidamente un fuoco per salvare Buck e Dave.

Mennirnir kveiktu eld í flýti til að halda Buck og Dave á lífi.

I cani erano ricoperti di ghiaccio dal naso alla coda, rigidi come legno intagliato.

Hundarnir voru þaktir ís frá nefi til hala, stífir eins og útskornir trésteinar.

Gli uomini li fecero correre in cerchio vicino al fuoco per scongelarne i corpi.

Mennirnir hlupu þeim í hringi nálægt eldinum til að þiða lík þeirra.

Si avvicinarono così tanto alle fiamme che la loro pelliccia rimase bruciacchiata.

Þau komu svo nálægt eldinum að feldurinn á þeim sviðnaði.

Spitz ruppe poi il ghiaccio, trascinando dietro di sé la squadra.

Spitz braust næst í gegnum ísinn og dró liðið á eftir sér.

La frenata arrivava fino al punto in cui Buck stava tirando.

Brotið náði alla leið upp að þar sem Buck var að toga.

Buck si appoggiò bruscamente allo schienale, con le zampe che scivolavano e tremavano sul bordo.

Buck hallaði sér fast aftur, lopparnir runnu og titruðu á brúninni.

Anche Dave si sforzò all'indietro, proprio dietro Buck sulla linea.

Dave teygði sig einnig aftur á bak, rétt fyrir aftan Buck á línunni.

François tirava la slitta e i suoi muscoli scricchiolavano per lo sforzo.

François dró sleðann upp á sér, vöðvarnir sprungu af áreynslu.

Un'altra volta, il ghiaccio del bordo si è crepato davanti e dietro la slitta.

Öðru sinni sprungu brúnís fyrir framan og aftan sleðann.

Non avevano altra via d'uscita se non quella di arrampicarsi su una parete ghiacciata.

Þau höfðu enga leið út nema að klífa upp frosinn klettavegg.

In qualche modo Perrault riuscì a scalare il muro: un miracolo lo tenne in vita.

Perrault klifraði einhvern veginn upp vegginn; kraftaverk hélt honum á lífi.

François rimase sottocoperta, pregando che gli capitasse la stessa fortuna.

François dvaldi niðri og bað um sömu gæfu.

Legarono ogni cinghia, legatura e tirante in un'unica lunga corda.

Þeir bundu allar ólar, festingar og sneiðar í eitt langt reipi.

Gli uomini trascinarono i cani uno alla volta fino in cima.

Mennirnir drógu hvern hundinn upp, einn í einu, upp á toppinn.

François salì per ultimo, dopo la slitta e tutto il carico.

François klifraði síðastur upp, á eftir sleðanum og öllum farminum.

Poi iniziò una lunga ricerca di un sentiero che scendesse dalle scogliere.

Þá hófst löng leit að leið niður af klettunum.

Alla fine scesero utilizzando la stessa corda che avevano costruito.

Loksins fóru þau niður með sama reipinu og þau höfðu búið til.

Scese la notte mentre tornavano al letto del fiume, esausti e doloranti.

Nóttin skall á þegar þau sneru aftur að árfarveginum, úrvinda og aumingja.

Avevano impiegato un giorno intero per percorrere solo un quarto di miglio.

Þau höfðu notað heilan dag til að leggja aðeins fjórðung mílu að baki.

Quando giunsero all'Hootalinqua, Buck era sfinito.

Þegar þau komu að Hootalinqua var Buck úrvinda.

Anche gli altri cani soffrivano le stesse condizioni del sentiero.

Hinir hundarnir þjáðust alveg eins illa af aðstæðunum á gönguleiðinni.

Ma Perrault aveva bisogno di recuperare tempo e li spingeva avanti giorno dopo giorno.

En Perrault þurfti að endurheimta tímann og ýtti þeim áfram á hverjum degi.

Il primo giorno percorsero trenta miglia fino a Big Salmon.

Fyrsta daginn ferðuðust þau þrjátíu mílur til Big Salmon.

Il giorno dopo percorsero trentacinque miglia fino a Little Salmon.

Daginn eftir ferðuðust þau þrjátíu og fimm mílur til Little Salmon.

Il terzo giorno percorsero quaranta miglia ghiacciate.

Á þriðja degi óku þau í gegnum fjörutíu langar, frosnar mílur.

A quel punto si stavano avvicinando all'insediamento di Five Fingers.

Þá voru þeir að nálgast byggðina Five Fingers.

I piedi di Buck erano più morbidi di quelli duri degli husky autoctoni.

Fætur Bucks voru mýkri en harðir fætur innfæddra huskyhunda.

Le sue zampe erano diventate tenere nel corso di molte generazioni civilizzate.

Löppurnar hans höfðu orðið mjúkar í gegnum margar siðmenntaðar kynslóðir.

Molto tempo fa, i suoi antenati erano stati addomesticati dagli uomini del fiume o dai cacciatori.

Fyrir löngu síðan höfðu forfeður hans verið temdir af árfarvegsmönnum eða veiðimönnum.

Ogni giorno Buck zoppicava per il dolore, camminando con le zampe screpolate e doloranti.

Á hverjum degi haltraði Buck af sársauka og gekk á hráum, aumum loppum.

Giunto all'accampamento, Buck cadde come un corpo senza vita sulla neve.

Í tjaldbúðunum féll Buck niður eins og líflaus vera ofan í snjóinn.

Sebbene fosse affamato, Buck non si alzò per consumare il pasto serale.

Þótt Buck væri svangur vaknaði hann ekki til að borða kvöldmatinn.

François portò la sua razione a Buck, mettendogli del pesce vicino al muso.

François færði Buck fóður sinn og lagði fisk við trýni hans.

Ogni notte l'autista massaggiava i piedi di Buck per mezz'ora.

Á hverju kvöldi nuddaði bílstjórinn fætur Bucks í hálftíma.

François arrivò persino a tagliare i suoi mocassini per farne delle calzature per cani.

François skar meira að segja niður sín eigin mokkasínur til að búa til hundaskó.

Quattro scarpe calde diedero a Buck un grande e gradito sollievo.

Fjórir hlýir skór veittu Buck mikla og kærkomna létti.

Una mattina François dimenticò le scarpe e Buck si rifiutò di alzarsi.

Einn morgun gleymdi François skónum sínum og Buck neitaði að standa upp.

Buck giaceva sulla schiena, con i piedi in aria, e li agitava in modo pietoso.

Buck lá á bakinu, fæturnir í loftinu og veifaði þeim aumkunarvert.

Persino Perrault sorrise alla vista dell'appello drammatico di Buck.

Jafnvel Perrault brosti við sjónina af dramatískri bæn Bucks.

Ben presto i piedi di Buck diventarono duri e le scarpe poterono essere tolte.

Fljótlega urðu fætur Bucks harðir og hægt var að henda skónum.

A Pelly, durante il periodo in cui veniva imbrigliata, Dolly emise un ululato terribile.

Þegar Pelly var í beislinu, kvað Dolly við hræðilegu úlfsæði.

Il grido era lungo e pieno di follia, e fece tremare tutti i cani.

Ópið var langt og fullt af brjálæði og skók alla hundana.

Ogni cane si rizzava per la paura, senza capirne il motivo.

Hver hundur hræddist án þess að vita ástæðuna.

Dolly era impazzita e si era scagliata contro Buck.

Dolly var orðin brjáluð og kastaði sér beint á Buck.

Buck non aveva mai visto la follia, ma l'orrore gli riempì il cuore.

Buck hafði aldrei séð brjálæði, en hryllingur fyllti hjarta hans.

Senza pensarci due volte, si voltò e fuggì in preda al panico più assoluto.

Án þess að hugsa sig um sneri hann sér við og flúði í algjöru ofboði.

Dolly lo inseguì, con gli occhi selvaggi e la saliva che le colava dalle fauci.

Dolly elti hann, augun villt, munnvatnið flaug úr kjálkunum á henni.

Si tenne sempre dietro a Buck, senza mai guadagnare terreno e senza mai indietreggiare.

Hún hélt sig alveg á eftir Buck, náði aldrei á sig né hörfaði.

Buck corse attraverso i boschi, giù per l'isola, sul ghiaccio frastagliato.

Buck hljóp gegnum skóg, niður eyjuna, yfir ógegnsæjan ís.

Attraversò un'isola, poi un'altra, per poi tornare indietro verso il fiume.

Hann fór yfir að eyju, síðan annarri, og sneri aftur að ánni.

Dolly continuava a inseguirlo, ringhiando sempre più forte a ogni passo.

Dolly elti hann samt sem áður, urraði fast á eftir henni við hvert fótmál.

Buck poteva sentire il suo respiro e la sua rabbia, anche se non osava voltarsi indietro.

Buck heyrði andardrátt hennar og reiði, þótt hann þorði ekki að líta um öxl.

François gridò da lontano e Buck si voltò verso la voce.

François hrópaði úr fjarlægð og Buck sneri sér að röddinni.

Ancora senza fiato, Buck corse oltre, riponendo ogni speranza in François.

Buck hljóp enn eftir andanum og setti alla sína von á François.

Il conducente del cane sollevò un'ascia e aspettò che Buck gli passasse accanto.

Hundaeigandinn lyfti öxi og beið á meðan Buck flaug fram hjá.

L'ascia calò rapidamente e colpì la testa di Dolly con forza mortale.

Öxin féll hratt niður og lenti í höfði Dollýjar með banvænum krafti.

Buck crollò vicino alla slitta, ansimando e incapace di muoversi.

Buck hneig niður nálægt sleðanum, hvæsandi andardráttur og gat ekki hreyft sig.

Quel momento diede a Spitz la possibilità di colpire un nemico esausto.

Þessi stund gaf Spitz tækifæri til að ráðast á þreyttan óvin.

Morse Buck due volte, strappandogli la carne fino all'osso bianco.

Tvisvar beit hann Buck og reif hold niður að hvítu beinunum.

La frusta di François schioccò, colpendo Spitz con tutta la sua forza, con furia.

Svipa François brast og sló Spitz af fullum, heiftarlegum krafti.

Buck guardò con gioia Spitz mentre riceveva il pestaggio più duro fino a quel momento.

Buck horfði gleðilega á meðan Spitz fékk sína hörðustu barsmíða hingað til.

«È un diavolo, quello Spitz», borbottò Perrault tra sé e sé.

„Hann er djöfull, þessi Spitz," muldraði Perrault dökkurlega
við sjálfan sig.

"Un giorno o l'altro, quel cane maledetto ucciderà Buck, lo
giuro."

„Einhvern tímann innan skamms mun þessi bölvaði hundur
drepa Buck – ég sver það."

«Quel Buck ha due diavoli dentro di sé», rispose François
annuendo.

„Það eru tveir djöflar í þessum Buck," svaraði François og
kinkaði kolli.

"Quando osservo Buck, so che dentro di lui si cela qualcosa
di feroce."

„Þegar ég horfi á Buck, veit ég að eitthvað grimmt bíður
hans."

"Un giorno, si infurierà come il fuoco e farà a pezzi Spitz."

„Einn daginn verður hann brjálaður eins og eldur og rífur
Spitz í sundur."

"Masticherà quel care e lo sputerà sulla neve ghiacciata."

„Hann mun tyggja hundinn í sig og spýta honum út í frosna
snjóinn."

"Certo, lo so fin nel profondo."

„Jú, eins og allt annað, ég veit þetta innst inni."

Da quel momento in poi, i due cani furono in guerra tra loro.

Frá þeirri stundu voru hundarnir tveir í stríði.

Spitz guidava la squadra e deteneva il potere, ma Buck lo
sfidava.

Spitz leiddi liðið og hélt völdum, en Buck véfengdi það.

Spitz si rese conto che il suo rango era minacciato da questo
strano straniero del Sud.

Spitz sá að þessi undarlegi ókunnugi maður frá Suðurlandi
ógnaði stöðu sinni.

Buck era diverso da tutti i cani del sud che Spitz aveva
conosciuto fino ad allora.

Buck var ólíkur öllum öðrum suðrænum hundum sem Spitz
hafði þekkt áður.

La maggior parte di loro fallì: troppo deboli per sopravvivere
al freddo e alla fame.

Flestir þeirra mistókust — of veikir til að lifa af kulda og hungur.

Morirono rapidamente a causa del lavoro, del gelo e del lento bruciare della carestia.

Þau dóu hratt undan erfiði, frosti og hægfara bruna hungursneyðar.

Buck si distingueva: ogni giorno più forte, più intelligente e più selvaggio.

Buck stóð upp úr — sterkari, klárari og grimmari með hverjum deginum.

Ha prosperato nonostante le difficoltà, crescendo al pari degli husky del nord.

Hann dafnaði á erfiðleikum og óx upp til að jafna sig við norðurhluta husky-hundanna.

Buck era dotato di forza, abilità straordinaria e un istinto paziente e letale.

Buck hafði styrk, ótrúlega færni og þolinmóður, dauðans eðlishvöt.

L'uomo con la mazza aveva annientato Buck per fargli perdere la temerarietà.

Maðurinn með kylfuna hafði barið Buck til fanga.

La furia cieca se n'era andata, sostituita da un'astuzia silenziosa e dal controllo.

Blind reiði var horfin, í staðinn kom hljóðlát slægð og stjórn.

Attese, calmo e primordiale, in attesa del momento giusto.

Hann beið, rólegur og frumstæður, og vænti rétta augnabliksins.

La loro lotta per il comando divenne inevitabile e chiara.

Barátta þeirra um yfirráð varð óhjákvæmileg og ljós.

Buck desiderava la leadership perché il suo spirito la richiedeva.

Buck þráði forystu vegna þess að andi hans krafðist hennar.

Era spinto da quello strano orgoglio che nasceva dal sentiero e dall'imbracatura.

Hann var knúinn áfram af þeim undarlega stolti sem fæddist af slóð og beisli.

Quell'orgoglio faceva sì che i cani tirassero fino a crollare sulla neve.

Þessi stolti fékk hunda til að draga sig þangað til þeir hrundu í snjónum.

L'orgoglio li spinse a dare tutta la forza che avevano.

Stolt lokkaði þá til að gefa allan þann styrk sem þeir höfðu.

L'orgoglio può trascinare un cane da slitta fino al punto di ucciderlo.

Stolt getur lokkað sleðahund jafnvel þangað til hann drepur hann.

Perdere l'imbracatura rendeva i cani deboli e senza scopo.

Að missa beislið skildi hundana eftir brotna og tilgangslausa.

Il cuore di un cane da slitta può essere spezzato dalla vergogna quando va in pensione.

Skömm getur kramið hjarta sleðahunds þegar hann fer á eftirlaun.

Dave viveva con questo orgoglio mentre trascinava la slitta da dietro.

Dave lifði eftir þeim stolti þegar hann dró sleðann að aftan.

Anche Solleks diede il massimo con cupa forza e lealtà.

Solleks gaf líka allt sem hann hafði af grimmd og tryggð.

Ogni mattina l'orgoglio li trasformava da amareggiati a determinati.

Á hverjum morgni breytti stoltið þeim úr biturleika í ákveðni.

Spinsero per tutto il giorno, poi tacquero una volta giunti alla fine dell'accampamento.

Þau ýttu á allan daginn og þögnuðu svo við enda búðanna.

Quell'orgoglio diede a Spitz la forza di mettere in riga i fannulloni.

Þetta stolt gaf Spitz styrk til að komast á undan skjólstæðingum sem voru að skjóta sér niður.

Spitz temeva Buck perché Buck nutriva lo stesso profondo orgoglio.

Spitz óttaðist Buck vegna þess að Buck bar með sér þennan sama djúpa stolt.

L'orgoglio di Buck ora si agitò contro Spitz, ma lui non si fermò.

Stolt Bucks æsti sig nú gegn Spitz og hann hætti ekki.

Buck sfidò il potere di Spitz e gli impedì di punire i cani.

Buck óhlýðnaðist valdi Spitz og kom í veg fyrir að hann refsaði hundum.

Quando gli altri fallivano, Buck si frapponeva tra loro e il loro capo.

Þegar aðrir brugðust, steig Buck á milli þeirra og leiðtoga þeirra.

Lo fece con intenzione, rendendo la sua sfida aperta e chiara.

Hann gerði þetta af ásettu ráði, gerði áskorun sína opna og skýra.

Una notte una forte nevicata coprì il mondo in un profondo silenzio.

Eina nótt huldi þungur snjór heiminn í djúpri þögn.

La mattina dopo, Pike, pigro come sempre, non si alzò per andare al lavoro.

Næsta morgun vaknaði Pike, latur eins og alltaf, ekki til vinnu.

Rimase nascosto nel suo nido sotto uno spesso strato di neve.

Hann faldi sig í hreiðri sínu undir þykku snjólagi.

François gridò e cercò, ma non riuscì a trovare il cane.

François kallaði og leitaði en fann ekki hundinn.

Spitz si infuriò e si scagliò contro l'accampamento coperto di neve.

Spitz æsti og þaut gegnum snæviþöktu búðirnar.

Ringhiò e annusò, scavando freneticamente con gli occhi fiammeggianti.

Hann urraði og þefaði, gróf eins og brjálæðingur með logandi augum.

La sua rabbia era così violenta che Pike tremava sotto la neve per la paura.

Reiði hans var svo mikil að Pike skalf undir snjónum af ótta.

Quando finalmente Pike fu trovato, Spitz si lanciò per punire il cane nascosto.

Þegar Pike fannst loksins, stökk Spitz til að refsa hundinum sem hafði falið sig.

Ma Buck si scagliò tra loro con una furia pari a quella di Spitz.

En Buck stökk á milli þeirra með jafn mikilli reiði og Spitz sjálfur.

L'attacco fu così improvviso e astuto che Spitz cadde a terra.

Árásin var svo skyndileg og snjöll að Spitz datt af fótunum.

Pike, che tremava, trasse coraggio da questa sfida.

Pike, sem hafði verið að skjálfa, fann hugrekki í þessari þrjósku.

Seguendo l'audace esempio di Buck, saltò sullo Spitz caduto.

Hann stökk á fallna Spitz-hundinn og fylgdi djarfri fordæmi Bucks.

Buck, non più vincolato dall'equità, si unì allo sciopero di Spitz.

Buck, sem ekki lengur var bundinn af sanngirni, gekk til liðs við árásina á Spitz.

François, divertito ma fermo nella disciplina, agitò la sua pesante frusta.

François, skemmtur en samt ákveðinn í aga, sveiflaði þungu svipunni sinni.

Colpì Buck con tutta la sua forza per interrompere la rissa.

Hann sló Buck af öllum kröftum til að stöðva bardagann.

Buck si rifiutò di muoversi e rimase in groppa al capo caduto.

Buck neitaði að hreyfa sig og hélt sig ofan á föllna leiðtoganum.

François allora usò il manico della frusta e colpì Buck con violenza.

François notaði þá handfang svipunnar og sló Buck fast.

Barcollando per il colpo, Buck cadde all'indietro sotto l'assalto.

Buck hrasaði eftir höggið og féll aftur undan árásinni.

François colpì più volte mentre Spitz puniva Pike.

François sló aftur og aftur á meðan Spitz refsaði Pike.

Passarono i giorni e Dawson City si avvicinava sempre di più.

Dagarnir liðu og Dawson-borg óx og nær.
Buck continuava a intromettersi, infilandosi tra Spitz e gli altri cani.
Buck hélt áfram að skipta sér af þessu og smeygði sér á milli Spitz og annarra hunda.
Sceglieva bene i suoi momenti, aspettando sempre che François se ne andasse.
Hann valdi stundirnar sínar vel, beið alltaf eftir að François færi.
La ribellione silenziosa di Buck si diffuse e il disordine prese piede nella squadra.
Hljóðlát uppreisn Bucks breiddist út og óreiðu festi rætur í liðinu.
Dave e Solleks rimasero leali, ma altri diventarono indisciplinati.
Dave og Solleks voru tryggir en aðrir urðu óstýrilátir.
La squadra peggiorò: divenne irrequieta, litigiosa e fuori luogo.
Liðið versnaði — eirðarlaust, rifrildisríkt og út af sporinu.
Ormai niente filava liscio e le liti diventavano all'ordine del giorno.
Ekkert gekk lengur snurðulaust og slagsmál urðu algeng.
Buck rimase sempre al centro dei guai, provocando disordini.
Buck var kjarninn í vandræðunum og vakti alltaf upp óróa.
François rimase vigile, temendo la lotta tra Buck e Spitz.
François var vakandi, hræddur við slagsmálin milli Bucks og Spitz.
Ogni notte veniva svegliato da zuffe e temeva che finalmente fosse arrivato l'inizio.
Á hverri nóttu vöktu slagsmál hann, af ótta við að byrjunin væri loksins komin.
Balzò fuori dalla veste, pronto a interrompere la rissa.
Hann stökk úr skikkjunni, tilbúinn að stöðva bardagann.
Ma il momento non arrivò mai e alla fine raggiunsero Dawson.
En stundin kom aldrei og þau náðu loksins til Dawsons.

La squadra entrò in città in un pomeriggio cupo, teso e silenzioso.

Liðið kom inn í bæinn einn dimman síðdegis, spennt og hljótt.

La grande battaglia per la leadership era ancora sospesa nell'aria gelida.

Hin mikla barátta um forystuna hékk enn í frosnu lofti.

Dawson era piena di uomini e cani da slitta, tutti impegnati nel lavoro.

Dawson var troðfullt af mönnum og sleðahundum, allir önnum kafnir við vinnu.

Buck osservava i cani trainare i carichi dalla mattina alla sera.

Buck horfði á hundana draga byrðar frá morgni til kvölds.

Trasportavano tronchi e legna da ardere e spedivano rifornimenti alle miniere.

Þeir fluttu viðarkubba og eldivið og fluttu vistir í námurnar.

Nel Southland, dove un tempo lavoravano i cavalli, ora lavoravano i cani.

Þar sem hestar unnu áður á Suðurlandi, unnu hundar nú erfiði.

Buck vide alcuni cani provenienti dal Sud, ma la maggior parte erano husky simili a lupi.

Buck sá nokkra hunda að sunnanverðu, en flestir voru úlfalíkir huskyhundar.

Di notte, puntuali come un orologio, i cani alzavano la voce e cantavano.

Á nóttunni, eins og klukka, hófu hundarnir röddina sína í söng.

Alle nove, a mezzanotte e di nuovo alle tre, il canto cominciò.

Klukkan níu, um miðnætti og aftur klukkan þrjú hófst söngurinn.

Buck amava unirsi al loro canto inquietante, selvaggio e antico nel suono.

Buck elskaði að taka þátt í óhugnalegum söng þeirra, villtum og fornum í hljóði.

L'aurora fiammeggiava, le stelle danzavano e la neve ricopriva la terra.

Norðurljósin loguðu, stjörnur dönsuðu og snjór huldi landið.

Il canto dei cani si elevava come un grido contro il silenzio e il freddo pungente.

Söngur hundanna reis upp eins og óp gegn þögninni og bitrandi kuldanum.

Ma il loro urlo esprimeva tristezza, non sfida, in ogni lunga nota.

En úlf þeirra bar með sér sorg, ekki ögrun, í hverjum einasta löngum nótum.

Ogni lamento era pieno di supplica: il peso stesso della vita.

Hvert kveinstaf var fullt af bæn; byrði lífsins sjálfs.

Quella canzone era vecchia, più vecchia delle città e più vecchia degli incendi

Þetta lag var gamalt – eldra en bæir og eldra en eldar

Quel canto era più antico perfino delle voci degli uomini.

Þetta lag var jafnvel eldra en raddir manna.

Era una canzone del mondo dei giovani, quando tutte le canzoni erano tristi.

Þetta var lag frá unga heiminum, þegar öll lög voru sorgleg.

La canzone porta con sé il dolore di innumerevoli generazioni di cani.

Lagið bar með sér sorg frá óteljandi kynslóðum hunda.

Buck percepì profondamente la melodia, gemendo per un dolore radicato nei secoli.

Buck fann laglínuna djúpt, kveinaði af sársauka sem átti rætur sínar að rekja til aldanna.

Singhiozzava per un dolore antico quanto il sangue selvaggio nelle sue vene.

Hann grét af sorg jafn gamalli og villiblóðið í æðum hans.

Il freddo, l'oscurità e il mistero toccarono l'anima di Buck.

Kuldinn, myrkrið og leyndardómurinn snertu sál Bucks.

Quella canzone dimostrava quanto Buck fosse tornato alle sue origini.

Þetta lag sannaði hversu langt Buck hafði snúið aftur til uppruna síns.

Tra la neve e gli ululati aveva trovato l'inizio della sua vita.
Í gegnum snjó og ýlfur hafði hann fundið upphaf sitt eigið líf.

Sette giorni dopo l'arrivo a Dawson, ripartirono.
Sjö dögum eftir komu þeirra til Dawson lögðu þau af stað
aftur.
La squadra si è lanciata dalla caserma fino allo Yukon Trail.
Liðið fór frá herbúðunum niður að Yukon-slóðinni.
Iniziarono il viaggio di ritorno verso Dyea e Salt Water.
Þau hófu ferðina aftur til Dyea og Salt Water.
Perrault trasmise dispacci ancora più urgenti di prima.
Perrault flutti enn brýnni sendingar en áður.
**Era anche preso dall'orgoglio per la corsa e puntava a
stabilire un record.**
Hann var einnig gripinn af slóðastolti og stefndi að því að
setja met.
Questa volta Perrault aveva diversi vantaggi.
Að þessu sinni voru nokkrir kostir í þágu Perraults.
**I cani avevano riposato per un'intera settimana e avevano
ripreso le forze.**
Hundarnir höfðu hvílt sig í heila viku og náð kröftum sínum
aftur.
La pista che avevano tracciato era ora battuta da altri.
Slóðin sem þeir höfðu rofið var nú troðin af öðrum.
**In alcuni punti la polizia aveva immagazzinato cibo sia per i
cani che per gli uomini.**
Á köflum hafði lögreglan geymt mat fyrir bæði hunda og
karla.
**Perrault viaggiava leggero, si muoveva velocemente e aveva
poco a cui aggrapparsi.**
Perrault ferðaðist létt, hratt og lítið sem þyngdi hann.
**La prima sera raggiunsero la Sixty-Mile, una corsa lunga 50
miglia.**
Þau náðu Sixty-Mile fimmtíu mílna hlaupi, fyrstu nóttina.
**Il secondo giorno risalirono rapidamente lo Yukon in
direzione di Pelly.**
Á öðrum degi hlupu þeir upp Yukon-fljótið í átt að Pelly.

Ma questi grandi progressi comportarono anche molta fatica per François.

En slíkar góðar framfarir fylgdu mikilli pressu fyrir François.

La ribellione silenziosa di Buck aveva infranto la disciplina della squadra.

Hljóðlát uppreisn Bucks hafði brotið niður aga liðsins.

Non si univano più come un'unica bestia al comando.

Þau drógust ekki lengur saman eins og ein skepna í taumunum.

Buck aveva spinto altri alla sfida con il suo coraggioso esempio.

Buck hafði leitt aðra til óhlýðni með djörfung sinni.

L'ordine di Spitz non veniva più accolto con timore o rispetto.

Skipun Spitz var ekki lengur mætt með ótta eða virðingu.

Gli altri persero ogni timore reverenziale nei suoi confronti e osarono opporsi al suo governo.

Hinir misstu lotningu sína fyrir honum og þorðu að veita honum mótspyrnu.

Una notte, Pike rubò mezzo pesce e lo mangiò sotto gli occhi di Buck.

Eina nóttina stal Pike hálfum fiski og át hann fyrir framan augað á Buck.

Un'altra notte, Dub e Joe combatterono contro Spitz e rimasero impuniti.

Annað kvöld börðust Dub og Joe við Spitz og sluppu óhegndir.

Anche Billee gemette meno dolcemente e mostrò una nuova acutezza.

Jafnvel Billee kveinaði ekki eins sætlega og sýndi nýja skarpleika.

Buck ringhiava a Spitz ogni volta che si incrociavano.

Buck urraði á Spitz í hvert skipti sem þeir mættust.

L'atteggiamento di Buck divenne audace e minaccioso, quasi come quello di un bullo.

Viðhorf Bucks varð djarft og ógnandi, næstum eins og eineltismaður.

Camminava avanti e indietro davanti a Spitz con un'andatura spavalda e piena di minaccia beffarda.

Hann gekk fram hjá Spitz með yfirlæti, fullum af hæðnislegum ógnum

Questo crollo dell'ordine si diffuse anche tra i cani da slitta.

Þetta hrun reglnanna breiddist einnig út meðal sleðahundanna.

Litigarono e discussero più che mai, riempiendo l'accampamento di rumore.

Þau börðust og rifuðust meira en nokkru sinni fyrr og fylltu búðirnar af hávaða.

Ogni notte la vita nel campeggio si trasformava in un caos selvaggio e ululante.

Lífið í búðunum breyttist í villt, æpandi ringulreið á hverju kvöldi.

Solo Dave e Solleks rimasero fermi e concentrati.

Aðeins Dave og Solleks héldu stöðugir og einbeittu sér.

Ma anche loro diventarono irascibili a causa delle continue risse.

En jafnvel þeir urðu skapstyggir eftir stöðugu slagsmálin.

François imprecò in lngue strane e batté i piedi per la frustrazione.

François bölvaði á framandi tungumálum og trampaði niður í gremju.

Si strappò i capelli e urlò mentre la neve gli volava sotto i piedi.

Hann reif í hárið á sér og hrópaði á meðan snjór flaug undir fæturna.

La sua frusta schioccò contro il gruppo, ma a malapena riuscì a tenerli in riga.

Svipan hans sló þvert yfir hópinn en hélt þeim naumlega í röðinni.

Ogni volta che voltava le spalle, la lotta ricominciava.

Í hvert skipti sem hann sneri baki við honum brutust bardagarnir út aftur.

François usò la frusta per Spitz, mentre Buck guidava i ribelli.

François notaði svipuna fyrir Spitz, á meðan Buck leiddi
uppreisnarmennina.
**Ognuno conosceva il ruolo dell'altro, ma Buck evitava di
addossare ogni colpa.**
Hvor um sig vissi hlutverk hins, en Buck forðaðist alla ásökun.
**François non ha mai colto Buck mentre iniziava una rissa o
si sottraeva al suo lavoro.**
François tók aldrei eftir því að Buck byrjaði slagsmál eða
svíkja sig úr vinnunni.
**Buck lavorava duramente ai finimenti: la fatica ora gli dava
entusiasmo.**
Buck vann hörðum höndum í beislinu — erfiðið kveikti nú
mikinn áhuga hjá honum.
**Ma trovava ancora più gioia nel fomentare risse e caos
nell'accampamento.**
En hann fann enn meiri gleði í því að kynda undir slagsmálum
og ringulreið í búðunum.

Una sera, alla foce del Tahkeena, Dub spaventò un coniglio.
Eitt kvöldið við ósa Tahkeena hrökk Dub kanínu við.
**Mancò la presa e il coniglio con la racchetta da neve balzò
via.**
Hann missti af gripnum og snjóskókanínan stökk í burtu.
**Nel giro di pochi secondi, l'intera squadra di slitte si lanciò
all'inseguimento, gridando a squarciagola.**
Á nokkrum sekúndum elti allt sleðaliðið við með villtum
ópum.
**Nelle vicinanze, un accampamento della polizia del nord-
ovest ospitava cinquanta cani husky.**
Þar í grenndinni var lögreglubúðir norðvestursins sem hýstu
fimmtíu huskyhunda.
**Si unirono alla caccia, scendendo insieme il fiume
ghiacciato.**
Þau tóku þátt í veiðinni og fossuðu saman niður frosna ána.
**Il coniglio lasciò il fiume e fuggì lungo il letto ghiacciato di
un ruscello.**
Kanínan beygði af ánni og flúði upp frosinn lækjarfarveg.

Il coniglio saltellava leggero sulla neve mentre i cani si facevano strada a fatica.

Kanínan hoppaði létt yfir snjóinn á meðan hundarnir börðust í gegnum hann.

Buck guidava l'enorme branco di sessanta cani attorno a ogni curva tortuosa.

Buck leiddi risavaxna hópinn, sextíu hunda, í kringum hverja beygju.

Si spinse in avanti, basso e impaziente, ma non riuscì a guadagnare terreno.

Hann ýtti sér áfram, lágt og ákafur, en náði ekki fótfestu.

Il suo corpo brillava sotto la pallida luna a ogni potente balzo.

Líkami hans glitraði undir fölum tunglinu við hvert öflugt stökk.

Davanti a loro, il coniglio si muoveva come un fantasma, silenzioso e troppo veloce per essere catturato.

Á undan henni hreyfði kanínan sig eins og draugur, þögul og of hröð til að ná henni.

Tutti quei vecchi istinti, la fame, l'eccitazione, attraversarono Buck.

Allar þessar gömlu eðlishvötir — hungrið, spennan — þeyttu um Buck.

A volte gli esseri umani avvertono questo istinto e sono spinti a cacciare con armi da fuoco e proiettili.

Menn finna stundum fyrir þessari eðlishvöt, knúnir til veiða með byssu og kúlu.

Ma Buck provava questa sensazione a un livello più profondo e personale.

En Buck fann þessa tilfinningu á dýpri og persónulegri plani.

Non riuscivano a percepire la natura selvaggia nel loro sangue come Buck.

Þau gátu ekki fundið fyrir villimennskunni í blóði sínu eins og Buck gat fundið hana.

Inseguiva la carne viva, pronto a uccidere con i denti e ad assaggiare il sangue.

Hann elti lifandi kjöt, tilbúinn að drepa með tönnunum og smakka blóð.

Il suo corpo si tendeva per la gioia, desiderando immergersi nel caldo rosso della vita.

Líkami hans þenstist af gleði, þráði að baða sig í heitu, rauðu lífi.

Una strana gioia segna il punto più alto che la vita possa mai raggiungere.

Undarleg gleði markar hæsta punkt sem lífið getur náð.

La sensazione di raggiungere un picco in cui i vivi dimenticano di essere vivi.

Tilfinningin um tind þar sem hinir lifandi gleyma að þeir eru jafnvel á lífi.

Questa gioia profonda tocca l'artista immerso in un'ispirazione ardente.

Þessi djúpa gleði snertir listamanninn sem er týndur í brennandi innblæstri.

Questa gioia afferra il soldato che combatte selvaggiamente e non risparmia alcun nemico.

Þessi gleði grípur hermanninn sem berst af miklum krafti og hlífir engum óvini.

Questa gioia ora colpì Buck mentre guidava il branco in preda alla fame primordiale.

Þessi gleði krafðist nú Bucks þar sem hann leiddi hópinn í frumstæðri hungri.

Ululò con l'antico grido del lupo, emozionato per l'inseguimento.

Hann öskraði með fornum úlfsópi, heillaður af lifandi eltingarleiknum.

Buck fece appello alla parte più antica di sé, persa nella natura selvaggia.

Buck kynnti sér elsta hluta sjálfs sín, týndan í óbyggðunum.

Scavò in profondità dentro di sé, oltre la memoria, fino al tempo grezzo e antico.

Hann rétti djúpt inn í, fortíðarminningar, inn í hráan, fornan tíma.

Un'ondata di vita pura pervase ogni muscolo e tendine.

Bylgja af hreinu lífi streymdi um alla vöðva og sinar.

Ogni salto gridava che viveva, che attraversava la morte.

Hvert stökk hrópaði að hann lifði, að hann færi sig í gegnum dauðann.

Il suo corpo si librava gioioso su una terra immobile e fredda che non si muoveva mai.

Líkami hans svif fagnandi yfir kyrrlátu, köldu landi sem aldrei hrærðist.

Spitz rimase freddo e astuto anche nei suoi momenti più selvaggi.

Spitz var kaldur og lævís, jafnvel á villtustu stundum sínum.

Lasciò il sentiero e attraversò un terreno dove il torrente formava una curva ampia.

Hann yfirgaf slóðina og fór yfir land þar sem lækurinn sveigði sig í bíðum.

Buck, ignaro di ciò, rimase sul sentiero tortuoso del coniglio.

Buck, sem vissi ekki af þessu, hélt sig á hlykkjóttum slóð kanínunnar.

Poi, mentre Buck svoltava dietro una curva, il coniglio spettrale si trovò davanti a lui.

Þá, þegar Buck beygði, var draugalík kanínan fyrir framan hann.

Vide una seconda figura balzare dalla riva precedendo la preda.

Hann sá aðra veru stökkva af bakkanum á undan bráðinni.

La figura era Spitz, atterrato proprio sulla traiettoria del coniglio in fuga.

Veran var Spitz, sem lenti beint í slóð kanínunnar sem var á flótta.

Il coniglio non riuscì a girarsi e incontrò le fauci di Spitz a mezz'aria.

Kanínan gat ekki snúið sér við og mætti kjálkum Spitz í lausu lofti.

La spina dorsale del coniglio si spezzò con un grido acuto come il grido di un essere umano morente.

Hryggur kanínunnar brotnaði með ópi jafn skörpum og ópi deyjandi manns.

A quel suono, il passaggio dalla vita alla morte, il branco ululò forte.

Við þetta hljóð – fallið frá lífi til dauða – öskraði hópurinn hátt.

Un coro selvaggio si levò da dietro Buck, pieno di oscura gioia.

Grimmilegur kór reis upp að baki Buck, fullur af dökkri gleði.

Buck non emise alcun grido, nessun suono e si lanciò dritto verso Spitz.

Buck kveinaði ekki, ekkert hljóð, og hljóp beint á Spitz.

Mirò alla gola, ma colpì invece la spalla.

Hann miðaði á hálsinn en hitti í staðinn í öxlina.

Caddero nella neve soffice, i loro corpi erano intrappolati in un combattimento.

Þau veltust um mjúkan snjó; líkamar þeirra bundnir í bardaga.

Spitz balzò in piedi rapidamente, come se non fosse mai stato atterrato.

Spitz spratt snöggt upp, eins og hann hefði aldrei verið felldur.

Colpì Buck alla spalla e poi balzò fuori dalla mischia.

Hann skar á öxlina á Buck og stökk síðan frá bardaganum.

Per due volte i suoi denti schioccarono come trappole d'acciaio, e le sue labbra si arricciarono e si fecero feroci.

Tvisvar brotnuðu tennur hans eins og stálgildrur, varirnar voru krullaðar og grimmilegar.

Arretrò lentamente, cercando un terreno solido sotto i piedi.

Hann bakkaði hægt og rólega og leitaði að traustu undirlagi undir fótum sér.

Buck comprese il momento all'istante e pienamente.

Buck skildi augnablikið samstundis og til fulls.

Il momento era giunto: la lotta sarebbe stata una lotta all'ultimo sangue.

Tíminn var kominn; baráttan yrði barátta upp til dauða.

I due cani giravano in cerchio, ringhiando, con le orecchie piatte e gli occhi socchiusi.

Hundarnir tveir gengu í hringi, urruðu, með flöt eyru og þrengd augu.

Ogni cane aspettava che l'altro mostrasse debolezza o facesse un passo falso.

Hvor hundur fyrir sig beið eftir að hinn sýndi veikleika eða mistök.

Buck percepiva quella scena come stranamente nota e profondamente ricordata.

Buck fannst þetta atriði óhugnanlega þekkt og djúpt í minningunni.

I boschi bianchi, la terra fredda, la battaglia al chiaro di luna.

Hvítir skógar, kalda jörðin, bardaginn undir tunglsljósinu.

Un silenzio pesante, profondo e innaturale riempiva la terra.

Þung þögn fyllti landið, djúp og óeðlileg.

Nessun vento si alzava, nessuna foglia si muoveva, nessun suono rompeva il silenzio.

Enginn vindur hrærðist, ekkert lauf hreyfðist, ekkert hljóð rauf kyrrðina.

Il respiro dei cani si levava come fumo nell'aria gelida e silenziosa.

Andardráttur hundanna reis upp eins og reykur í frosnu, kyrrlátu loftinu.

Il coniglio era stato dimenticato da tempo dal branco di animali selvatici.

Kanínan var löngu gleymd af villidýrahópnum.

Questi lupi semiaddomesticati ora stavano fermi in un ampio cerchio.

Þessir hálftamdu úlfar stóðu nú kyrrir í víðum hring.

Erano silenziosi, solo i loro occhi luminosi rivelavano la loro fame.

Þau voru þögul, aðeins glóandi augu þeirra sýndu hungrið.

Il loro respiro saliva, mentre osservavano l'inizio dello scontro finale.

Andardráttur þeirra reif upp á við, horfðu á lokabardagann hefjast.

Per Buck questa battaglia era vecchia e attesa, per niente strana.

Fyrir Buck var þessi orrusta gömul og væntanleg, alls ekki undarleg.

Era come il ricordo di qualcosa che doveva accadere da sempre.

Þetta var eins og minning um eitthvað sem alltaf átti að gerast.

Spitz era un cane da combattimento addestrato, affinato da innumerevoli risse selvagge.

Spitz var þjálfaður bardagahundur, sem hafði verið þjálfaður í ótal villtum slagsmálum.

Dallo Spitzbergen al Canada, aveva sconfitto molti nemici.

Frá Svalbarði til Kanada hafði hann sigrað marga óvini.

Era pieno di rabbia, ma non cedette mai il controllo alla rabbia.

Hann var fullur reiði en lét aldrei stjórn á sér.

La sua passione era acuta, ma sempre temperata dal duro istinto.

Ástríða hans var skörp, en alltaf tempruð af hörðum eðlishvötum.

Non ha mai attaccato finché non ha avuto la sua difesa pronta.

Hann réðst aldrei á fyrr en eigin vörn var til staðar.

Buck provò più volte a raggiungere il collo vulnerabile di Spitz.

Buck reyndi aftur og aftur að ná til viðkvæms hálss Spitz.

Ma ogni colpo veniva accolto da un fendente dei denti affilati di Spitz.

En hverju höggi mætti Spitz höggi frá hvössum tönnum.

Le loro zanne si scontrarono ed entrambi i cani sanguinarono dalle labbra lacerate.

Tennur þeirra skelltust saman og báðir hundarnir blæddu úr rifnum vörum.

Nonostante i suoi sforzi, Buck non riusciva a rompere la difesa.

Sama hversu mikið Buck tókst að stökkva fram, hann gat ekki brotið vörnina.

Divenne sempre più furioso e si lanciò verso di lui con violente esplosioni di potenza.

Hann æsti æ meir og þaut inn með villtum kraftaskotum.

Buck colpì ripetutamente la bianca gola di Spitz.

Aftur og aftur reyndi Buck að ná hvítum hálsi Spitz.

Ogni volta Spitz schivava e contrattaccava con un morso tagliente.

Í hvert skipti slapp Spitz undan og sló til baka með biti.

Poi Buck cambiò tattica, avventandosi di nuovo come se volesse colpirlo alla gola.

Þá breytti Buck um taktík og hljóp aftur eins og hann væri að reyna að ná hálsi.

Ma a metà attacco si è ritirato, girandosi per colpire di lato.

En hann hörfaði til baka í miðri sókn og sneri sér að hliðarárás.

Colpì Spitz con una spallata, con l'intento di buttarlo a terra.

Hann kastaði öxlinni í Spitz í þeim tilgangi að fella hann.

Ogni volta che ci provava, Spitz lo schivava e rispondeva con un fendente.

Í hvert skipti sem hann reyndi forðaðist Spitz og svaraði með höggi.

La spalla di Buck si faceva scorticare mentre Spitz si liberava dopo ogni colpo.

Öxl Bucks skemmdist þegar Spitz stökk fram hjá eftir hvert högg.

Spitz non era stato toccato, mentre Buck sanguinava dalle numerose ferite.

Spitz hafði ekki verið snert, á meðan Buck blæddi úr mörgum sárum.

Il respiro di Buck era affannoso e pesante, il suo corpo era viscido di sangue.

Buck andaði hratt og þungt, líkami hans rennandi blóðugur.

La lotta diventava più brutale a ogni morso e carica.

Bardaginn varð grimmari með hverju biti og áhlaupi.

Attorno a loro, sessanta cani silenziosi aspettavano che il primo cadesse.

Í kringum þá biðu sextíu þöglir hundar eftir að sá fyrsti félli.

Se un cane fosse caduto, il branco avrebbe posto fine alla lotta.

Ef einn hundur féll, myndi hópurinn klára bardagann.

Spitz vide Buck indebolirsi e cominciò ad attaccare.

Spitz sá að Buck var að veikjast og hóf sóknina.

Mantenne Buck sbilanciato, costringendolo a lottare per restare in piedi.
Hann hélt Buck úr jafnvægi og neyddi hann til að berjast fyrir fótfestu.
Una volta Buck inciampò e cadde, e tutti i cani si rialzarono.
Einu sinni hrasaði Buck og féll, og allir hundarnir risu upp.
Ma Buck si raddrizzò a metà caduta e tutti ricaddero.
En Buck rétti úr sér um miðjan fallið og allir sukku aftur niður.
Buck aveva qualcosa di raro: un'immaginazione nata da un profondo istinto.
Buck hafði eitthvað sjaldgæft — ímyndunarafl sem spratt af djúpri eðlishvöt.
Combatté per istinto naturale, ma combatté anche con astuzia.
Hann barðist af eðlislægum krafti, en hann barðist líka af slægð.
Tornò ad attaccare come se volesse ripetere il trucco dell'attacco alla spalla.
Hann hljóp aftur á völlinn eins og hann væri að endurtaka öxlarárásarbragðið sitt.
Ma all'ultimo secondo si abbassò e passò sotto Spitz.
En á síðustu stundu féll hann lágt og sveif undir Spitz.
I suoi denti si bloccarono sulla zampa anteriore sinistra di Spitz con uno schiocco.
Tennur hans festust á vinstri framfót Spitz með smell.
Spitz ora era instabile e il suo peso gravava solo su tre zampe.
Spitz stóð nú óstöðugur, aðeins á þremur fótum.
Buck colpì di nuovo e tentò tre volte di atterrarlo.
Buck sló aftur til og reyndi þrisvar sinnum að fella hann.
Al quarto tentativo ha usato la stessa mossa con successo
Í fjórðu tilraun notaði hann sömu hreyfingu með góðum árangri.
Questa volta Buck riuscì a mordere la zampa destra di Spitz.
Að þessu sinni tókst Buck að bíta í hægri fótinn á Spitz.
Spitz, benché storpio e in agonia, continuò a lottare per sopravvivere.

Spitz, þótt hann vær_ lamaður og í kvalafullum sársauka, hélt áfram að berjast fyrir lífi sínu.

Vide il cerchio degli husky stringersi, con le lingue fuori e gli occhi luminosi.

Hann sá að hringurinn af husky-hundum þrengdist saman, tungurnar útréttar og augun glóandi.

Aspettarono di divorarlo, proprio come avevano fatto con gli altri.

Þau biðu eftir að gleypa hann, rétt eins og þau höfðu gert við aðra.

Questa volta era lui al centro, sconfitto e condannato.

Að þessu sinni stóð hann í miðjunni; sigraður og dæmdur.

Ormai il cane bianco non aveva più alcuna possibilità di fuga.

Hvíti hundurinn hafði engan möguleika á að flýja núna.

Buck non mostrò alcuna pietà, perché la pietà non era a posto nella natura selvaggia.

Buck sýndi enga miskunn, því miskunn átti ekki heima í náttúrunni.

Buck si mosse con cautela, preparandosi per la carica finale.

Buck gekk varlega og bjó sig undir lokaárásina.

Il cerchio degli husky si stringeva; lui sentiva i loro respiri caldi.

Hringurinn af huskyhundum lokaðist um hann; hann fann hlýjan andardrátt þeirra.

Si accovacciarono, pronti a scattare quando fosse giunto il momento.

Þau krjúpu lágt, tilbúin að stökkva þegar stundin kæmi.

Spitz tremava nella neve, ringhiando e cambiando posizione.

Spitz skalf í snjónum, urraði og breytti stöðu sinni.

I suoi occhi brillavano, le labbra si arricciavano, i denti brillavano in un'espressione disperata e minacciosa.

Augun hans glóðu, varirnar krullaðar, tennurnar glitruðu af örvæntingarfullri ógn.

Barcollò, cercando ancora di resistere al freddo morso della morte.

Hann staulaðist, enn að reyna að halda aftur af sér kalda bit dauðans.

Aveva già visto situazioni simili, ma sempre dalla parte dei vincitori.

Hann hafði séð þetta áður, en alltaf frá sigurvegaranum.

Ora era dalla parte perdente; lo sconfitto; la preda; la morte.

Nú var hann á taparahliðinni; ósigraði; bráðin; dauði.

Buck si preparò al colpo finale, mentre il cerchio dei cani si faceva sempre più stretto.

Buck hringdi í kringum sig til að hljóta síðasta höggið, hundahringurinn þrýsti sér nær.

Poteva sentire i loro respiri caldi; erano pronti a uccidere.

Hann fann heitan andardrátt þeirra; tilbúin til dráps.

Calò il silenzio; tutto era al suo posto; il tempo si era fermato.

Þögn sló á; allt var á sínum stað; tíminn hafði stöðvast.

Persino l'aria fredda tra loro si congelò per un ultimo istante.

Jafnvel kalda loftið á milli þeirra fraus í eina síðustu stund.

Soltanto Spitz si mosse, cercando di trattenere la sua fine amara.

Aðeins Spitz hreyfði sig og reyndi að halda aftur af sér beiska endalokin.

Il cerchio dei cani si stava stringendo attorno a lui, come era suo destino.

Hundahringurinn var að lokast um hann, eins og örlög hans voru.

Ora era disperato, sapendo cosa stava per accadere.

Hann var örvæntingarfullur núna, vitandi hvað myndi gerast.

Buck balzò dentro e la sua spalla incontrò la sua spalla per l'ultima volta.

Buck stökk inn, öxl mættist öxl í síðasta sinn.

I cani si lanciarono in avanti, nascondendo Spitz nell'oscurità della neve.

Hundarnir þustu fram og huldu Spitz í snjóþöktu myrkrinu.

Buck osservava, eretto e fiero; il vincitore in un mondo selvaggio.

Buck horfði á, standandi rakur; sigurvegarinn í villtum heimi.

La bestia primordiale dominante aveva fatto la sua uccisione, e la aveva fatta bene.

Ríkjandi frumdýrið hafði gert bráðabirgðaverk, og það var gott.

Colui che ha conquistato la maestria
Hann, sem hefur sigrað til meistara

"Eh? Cosa ho detto? Dico la verità quando dico che Buck è un diavolo."
„Ha? Hvað sagði ég? Ég segi satt þegar ég segi að Buck sé djöfull."
François raccontò questo la mattina dopo aver scoperto la scomparsa di Spitz.
François sagði þetta morguninn eftir eftir að hafa fundið Spitz týndan.
Buck rimase lì, coperto di ferite causate dal violento combattimento.
Buck stóð þar, þakinn sárum eftir hina grimmlegu bardaga.
François tirò Buck vicino al fuoco e indicò le ferite.
François dró Buck að eldinum og benti á sárin.
«Quello Spitz ha combattuto come il Devik», disse Perrault, osservando i profondi tagli.
„Þessi Spitz barðist eins og Devik," sagði Perrault og horfði á djúpu sárin.
«E quel Buck si batteva come due diavoli», rispose subito François.
„Og að Buck barðist eins og tveir djöflar," svaraði François þegar í stað.
"Ora faremo buon passo; niente più Spitz, niente più guai."
„Nú skulum við njóta góðs tíma; engir fleiri Spitz, engin meiri vandræði."
Perrault stava preparando l'attrezzatura e caricò la slitta con cura.
Perrault var að pakka farangursdótinu og hlaða sleðann af varúð.
François bardò i cani per prepararli alla corsa della giornata.
François beislaði hundana til að undirbúa sig fyrir hlaup dagsins.
Buck trotterellò dritto verso la posizione di testa, precedentemente occupata da Spitz.

Buck skokkaði beint í forystustöðuna sem Spitz hafði eitt sinn haft.

Ma François, senza accorgersene, condusse Solleks in prima linea.

En François, sem tók ekki eftir því, leiddi Solleks fram á við.

Secondo François, Solleks era ora il miglior cane da corsa.

Að mati François var Solleks nú besti leiðtogahundurinn.

Buck si scagliò furioso contro Solleks e lo respinse indietro in segno di protesta.

Buck stökk á Solleks í reiði og rak hann til baka í mótmælaskyni.

Si fermò dove un tempo si era fermato Spitz, rivendicando la posizione di comando.

Hann stóð þar sem Spitz hafði áður staðið og eignaðist forystusætið.

"Eh? Eh?" esclamò François, dandosi una pacca sulle cosce divertito.

„Ha? Ha?" hrópaði François og sló sér á lærin í skemmtun.

"Guarda Buck: ha ucciso Spitz, ora vuole prendersi il posto!"

„Líttu á Buck – hann drap Spitz, nú vill hann taka starfið!"

"Vattene via, Chook!' urlò, cercando di scacciare Buck.

„Farðu í burtu, Chook!" hrópaði hann og reyndi að reka Buck í burtu.

Ma Buck si rifiutò di muoversi e rimase immobile nella neve.

En Buck neitaði að hreyfa sig og stóð fastur í snjónum.

François afferrò Buck per la collottola e lo trascinò da parte.

François greip í höfuðið á Buck og dró hann til hliðar.

Buck ringhiò basso e minaccioso, ma non attaccò.

Buck urraði lágt og ógnandi en réðst ekki á.

François rimette Solleks in testa, cercando di risolvere la disputa

François kom Solleks aftur yfir og reyndi að jafna deiluna.

Il vecchio cane mostrò paura di Buck e non voleva restare.

Gamli hundurinn sýndi ótta við Buck og vildi ekki vera áfram.

Quando François gli voltò le spalle, Buck scacciò di nuovo Solleks.

Þegar François sneri baki við, rak Buck Solleks út aftur.

Solleks non oppose resistenza e si fece di nuovo da parte in silenzio.

Solleks veitti enga mótspyrnu og færði sig hljóðlega til hliðar á ný.

François si arrabbiò e urlò: "Per Dio, ti sistemo!"

François reiddist og hrópaði: „Í Guðs nafni, ég laga þig!"

Si avvicinò a Buck tenendo in mano una pesante mazza.

Hann kom að Buck með þunga kylfu í hendinni.

Buck ricordava bene l'uomo con il maglione rosso.

Buck mundi vel eftir manninum í rauða peysunni.

Si ritirò lentamente, osservando François ma ringhiando profondamente.

Hann hörfaði hægt, horfði á François en urraði djúpt.

Non si affrettò a tornare indietro, nemmeno quando Solleks si mise al suo posto.

Hann hraðaði sér ekki til baka, jafnvel þegar Solleks stóð á sínum stað.

Buck si girò in cerchio, appena fuori dalla sua portata, ringhiando furioso e protestando.

Buck hringdi rétt utan seilingar, urraði af reiði og mótmælum.

Teneva gli occhi fissi sulla mazza, pronto a schivare il colpo se François l'avesse lanciata.

Hann hélt augunum á kylfunni, tilbúinn að forðast ef François kastaði.

Era diventato saggio e cauto nei confronti degli uomini che maneggiavano le armi.

Hann hafði orðið vitur og varkár í því hvernig vopnaðir menn áttu að umgangast.

François si arrese e chiamò di nuovo Buck al suo vecchio posto.

François gafst upp og kallaði Buck aftur heim til síns fyrra heimilis.

Ma Buck fece un passo indietro con cautela, rifiutandosi di obbedire all'ordine.

En Buck steig varlega til baka og neitaði að hlýða skipuninni.

François lo seguì, ma Buck indietreggiò solo di pochi passi.

François fylgdi á eftir, en Buck hörfaði aðeins nokkur skref í viðbót.

Dopo un po' François gettò a terra l'arma, frustrato.

Eftir smá stund kastaði François vopninu niður í gremju.

Pensava che Buck avesse paura di essere picchiato e che avrebbe fatto lo stesso senza far rumore.

Hann hélt að Buck óttaðist barsmíð og ætlaði að koma hljóðlega.

Ma Buck non stava evitando la punizione: stava lottando per ottenere un rango.

En Buck forðaðist ekki refsingu — hann var að berjast fyrir tign.

Si era guadagnato il posto di capobranco combattendo fino alla morte

Hann hafði unnið sér inn leiðtogasætið með bardaga upp á líf og dauða.

non si sarebbe accontentato di niente di meno che di essere il leader.

Hann ætlaði ekki að sætta sig við neitt minna en að vera leiðtogi.

Perrault si unì all'inseguimento per aiutare a catturare il ribelle Buck.

Perrault tók þátt í eftirförinni til að hjálpa til við að ná uppreisnargjörnum Buck.

Insieme lo portarono in giro per l'accampamento per quasi un'ora.

Saman hlupu þau með honum um búðirnar í næstum klukkustund.

Gli scagliarono contro dei bastoni, ma Buck li schivò abilmente uno per uno.

Þeir köstuðu kylfum að honum, en Buck forðaðist hverja þeirra af list.

Maledissero lui, i suoi antenati, i suoi discendenti e ogni suo capello.

Þeir formæltu honum, forfeðrum hans, niðjum hans og hverju hári á honum.

Ma Buck si limitò a ringhiare e a restare appena fuori dalla loro portata.

En Buck urraði bara á móti og hélt sig rétt utan seilingar þeirra.

Non cercò mai di scappare, ma continuò a girare intorno all'accampamento deliberatamente.

Hann reyndi aldrei að flýja heldur fór af ásettu ráði í kringum búðirnar.

Disse chiaramente che avrebbe obbedito una volta ottenuto ciò che voleva.

Hann gaf skýrt til kynna að hann myndi hlýða um leið og þeir gæfu honum það sem hann vildi.

Alla fine François si sedette e si grattò la testa, frustrato.

François settist loksins niður og klóraði sér í höfðinu af gremju.

Perrault controllò l'orologio, imprecò e borbottò qualcosa sul tempo perso.

Perrault leit á úrið sitt, bölvaði og muldraði um glataðan tíma.

Era già trascorsa un'ora, mentre avrebbero dovuto essere sulle tracce.

Klukkustund var þegar liðin þegar þau hefðu átt að vera komin á slóðina.

François alzò le spalle timidamente, guardando il corriere, che sospirò sconfitto.

François yppti öxlum feimnislega til sendiboðans, sem andvarpaði ósigrandi.

Poi François si avvicinò a Solleks e chiamò ancora una volta Buck.

Þá gekk François til Solleks og kallaði enn á Buck.

Buck rise come ride un cane, ma mantenne una cauta distanza.

Buck hló eins og hundur hlær en hélt varfærnislegri fjarlægð.

François tolse l'imbracatura a Solleks e lo rimise al suo posto.

François tók af Solleks beisli og setti hann aftur á sinn stað.

La squadra di slittini era completamente imbracata, con un solo posto libero.

Sleðaliðið stóð fullbúið í beislum, með aðeins eitt laust sæti.

La posizione di comando rimase vuota, chiaramente riservata solo a Buck.

Forystusætið var enn autt, greinilega ætluð Buck einum.

François chiamò di nuovo e di nuovo Buck rise e mantenne la sua posizione.

François kallaði aftur, og aftur hló Buck og stóð fast á sínu.

«Gettate giù la mazza», ordinò Perrault senza esitazione.

„Kastið niður kylfunni," skipaði Perrault án þess að hika.

François obbedì e Buck si lanciò subito avanti con orgoglio.

François hlýddi og Buck skokkaði þegar í stað stoltur áfram.

Rise trionfante e assunse la posizione di comando.

Hann hló sigri hrósandi og steig í fremstu stöðu.

François fissò le corde e la slitta si staccò.

François tryggði sér slóðir og sleðinn losnaði.

Entrambi gli uomini corsero fianco a fianco mentre la squadra si lanciava lungo il sentiero del fiume.

Báðir mennirnir hlupu hlið við hlið þegar liðið hljóp út á slóðann meðfram ánni.

François aveva avuto una grande stima dei "due diavoli" di Buck,

François hafði haft mikils mat á „tvo djöfla" Bucks.

ma ben presto si rese conto di aver in realtà sottovalutato il cane.

en hann áttaði sig fljótt á því að hann hafði í raun vanmetið hundinn.

Buck assunse rapidamente la leadership e si comportò in modo eccellente.

Buck tók fljótt við forystu og stóð sig með mikilli prýði.

Buck superò Spitz per capacità di giudizio, rapidità di pensiero e rapidità di azione.

Í dómgreind, skjótri hugsun og hraðri aðgerðum fór Buck fram úr Spitz.

François non aveva mai visto un cane pari a quello che Buck mostrava ora.

François hafði aldrei séð hund jafngóðan og Buck sýndi nú.

Ma Buck eccelleva davvero nel far rispettare l'ordine e nel imporre rispetto.
En Buck skaraði sannarlega fram úr í að framfylgja reglu og vekja virðingu.
Dave e Solleks accettarono il cambiamento senza preoccupazioni o proteste.
Dave og Solleks samþykktu breytinguna án áhyggna eða mótmæla.
Si concentravano solo sul lavoro e tiravano forte le redini.
Þau einbeittust aðeins að vinnu og að toga fast í taumana.
A loro importava poco chi guidasse, purché la slitta continuasse a muoversi.
Þeim var alveg sama hver leiddi, svo lengi sem sleðinn hélt áfram.
Billee, quella allegra, avrebbe potuto comandare per quel che volevano.
Billee, sú glaðlynda, hefði getað leitt hvað sem þeim þótti vænt um.
Ciò che contava per loro era la pace e l'ordine tra i ranghi.
Það sem skipti þá máli var friður og regla innan raðanna.

Il resto della squadra era diventato indisciplinato durante il declino di Spitz.
Restin af liðinu hafði orðið óstýrilát á meðan Spitz var á hnignunartíma.
Rimasero scioccati quando Buck li riportò immediatamente all'ordine.
Þau voru steinhissa þegar Buck færði þau strax til að panta.
Pike era sempre stato pigro e aveva sempre tergiversato dietro a Buck.
Pike hafði alltaf verið latur og dregið fæturna á eftir Buck.
Ma ora è stato severamente disciplinato dalla nuova leadership.
En nú var hann agaður harðlega af nýju forystunni.
E imparò rapidamente a dare il suo contributo alla squadra.
Og hann lærði fljótt að leggja sitt af mörkum í liðinu.
Alla fine della giornata, Pike lavorò più duramente che mai.

Í lok dagsins vann F ke meira en nokkru sinni fyrr.

Quella notte all'accampamento, Joe, il cane scontroso, fu finalmente domato.

Þetta kvöld í búðun. m var Joe, súri hundurinn, loksins yfirbugaður.

Spitz non era riuscito a disciplinarlo, ma Buck non aveva fallito.

Spitz hafði ekki agað hann, en Buck brást ekki.

Sfruttando il suo peso maggiore, Buck sopraffece Joe in pochi secondi.

Með því að nota stæ ri þyngd sína yfirbugaði Buck Joe á nokkrum sekúndum.

Morse e picchiò Joe finché questi non si mise a piagnucolare e smise di opporre resistenza.

Hann beit og barði Joe þar til hann kveinaði og hætti að veita mótspyrnu.

Da quel momento in poi l'intera squadra migliorò.

Allt liðið batnaði frá þeirri stundu.

I cani ritrovarono la loro antica unità e disciplina.

Hundarnir endurheimtu gamla samheldni sína og aga.

A Rink Rapids si sono uniti al gruppo due nuovi husky autoctoni, Teek e Koona.

Í Rink Rapids bættust tveir nýir innfæddir husky-hundar, Teek og Koona, við.

La rapidità con cui Buck li addestramento stupì perfino François.

Hröð þjálfun Bucks á þeim kom jafnvel François á óvart.

"Non è mai esistito un cane come quel Buck!" esclamò stupito.

„Aldrei hefur slíkur hundur verið til eins og þessi Buck!" hrópaði hann undrandi.

"No, mai! Vale mille dollari, per Dio!"

„Nei, aldrei! Hann er þúsund dollara virði, fyrir Guðs sakir!"

"Eh? Che ne dici, Perrault?" chiese con orgoglio.

„Ha? Hvað segirðu, Perrault?" spurði hann stoltur.

Perrault annuì in segno di assenso e controllò i suoi appunti.

Perrault kinkaði kolli til samþykkis og fór yfir glósurnar sínar.

Siamo già in anticipo sui tempi e guadagniamo sempre di più ogni giorno.

Við erum nú þegar á undan áætlun og náum meiri árangri með hverjum deginum.

Il sentiero era compatto e liscio, senza neve fresca.

Slóðin var harðgerð og greið, án nýsnjóss.

Il freddo era costante, con temperature che si aggiravano sempre sui cinquanta gradi sotto zero.

Kuldinn var stöðugur, fimmtíu frostmark allan tímann.

Per scaldarsi e guadagnare tempo, gli uomini si alternavano a cavallo e a correre.

Mennirnir riðu og hlupu til skiptis til að halda á sér hita og ná tíma.

I cani correvano veloci, fermandosi di rado, spingendosi sempre in avanti.

Hundarnir hlupu hratt með fáum stoppum, alltaf á undan.

Il fiume Thirty Mile era per la maggior parte ghiacciato e facile da attraversare.

Þrjátíu mílna áin var að mestu leyti frosin og auðvelt að ferðast yfir hana.

In un giorno realizzarono ciò che per arrivare aveva impiegato dieci giorni.

Þau fóru út á einum degi það sem hafði tekið tíu daga að koma inn.

Percorsero circa 96 chilometri dal lago Le Barge a White Horse.

Þau óku sextíu mílna langt frá Le Barge-vatni til Hvíta hestsins.

Si muovevano a velocità incredibile attraverso i laghi Marsh, Tagish e Bennett.

Yfir Marsh-, Tagish- og Bennett-vötnin fóru þau ótrúlega hratt.

L'uomo che correva veniva trainato dietro la slitta con una corda.

Hlaupamaðurinn dró sig á eftir sleðanum í reipi.

L'ultima notte della seconda settimana giunsero a destinazione.

Síðasta kvöldið í annarri viku komust þau á áfangastað.

Insieme avevano raggiunto la cima del White Pass.
Þau höfðu komist saman upp á topp Hvítaskarðsins.
Scesero fino al livello del mare, con le luci dello Skaguay
sotto di loro.
Þau féllu niður að sjávarmáli með ljósin á Skaguay fyrir neðan
sig.
Era stata una corsa da record attraverso chilometri di fredda
natura selvaggia.
Þetta hafði verið methlaup yfir kílómetra af köldum
óbyggðum.
Per quattordici giorni di fila percorsero in media circa
quaranta miglia.
Í fjórtán daga samfleytt óku þeir að meðaltali rúmar fjörutíu
kílómetra.
A Skaguay, Perrault e François trasportavano merci
attraverso la città.
Í Skaguay fluttu Perrault og François farm um bæinn. .
Furono applauditi e ricevettero numerose bevande dalla
folla ammirata.
Þeim var fagnað og boðið upp á marga drykki af
aðdáunarverðum mannfjölda.
I cacciatori di cani e gli operai si sono riuniti attorno alla
famosa squadra cinofila.
Hundaeyðingarmenn og verkamenn söfnuðust saman í
kringum hið fræga hundateymi.
Poi i fuorilegge del West giunsero in città e subirono una
violenta sconfitta.
Þá komu vestrænir útlagar til bæjarins og biðu harkalegs
ósigur.
La gente si dimenticò presto della squadra e si concentrò sul
nuovo dramma.
Fólkið gleymdi fljótt liðinu og einbeitti sér að nýrri dramatík.
Poi arrivarono i nuovi ordini che cambiarono tutto in un
colpo.
Þá komu nýju skipanirnar sem breyttu öllu í einu.
François chiamò Buck e lo abbracciò con orgoglio e lacrime.
François kallaði á Buck og faðmaði hann með tárvotum stolti.

Quel momento fu l'ultima volta che Buck vide di nuovo
François.

Þessi stund var í síðasta sinn sem Buck sá François aftur.

Come molti altri uomini prima di lui, sia François che
Perrault se n'erano andati.

Eins og margir menn áður voru bæði François og Perrault
farnir.

Un meticcio scozzese si prese cura di Buck e dei suoi
compagni di squadra con i cani da slitta.

Skoskur hálfkynshundur tók umsjón með Buck og
sleðahundafélögum hans.

Con una dozzina di altre mute di cani, ritornarono lungo il
sentiero fino a Dawson.

Með tylft annarra hundateyma sneru þeir aftur eftir slóðinni
til Dawson.

Non si trattava più di una corsa veloce, ma solo di un duro
lavoro con un carico pesante ogni giorno.

Þetta var engin hröð hlaup núna — bara erfitt strit með þungri
byrði á hverjum degi.

Si trattava del treno postale che portava notizie ai cercatori
d'oro vicino al Polo.

Þetta var póstlest sem bar tíðindi til gullveiðimanna nálægt
pólnum.

Buck non amava il lavoro, ma lo sopportò bene, essendo
orgoglioso del suo impegno.

Buck líkaði ekki verkið en þoldi það vel og var stoltur af erfiði
sínu.

Come Dave e Solleks, Buck dimostrava dedizione in ogni
compito quotidiano.

Eins og Dave og Solleks sýndi Buck hollustu í hverju daglegu
starfi.

Si è assicurato che tutti i suoi compagni di squadra dessero il
massimo.

Hann gætti þess að liðsfélagar hans legðu allir sitt af mörkum.

La vita sui sentieri divenne noiosa e si ripeteva con la
precisione di una macchina.

Lífið á slóðunum varð dauflegt, endurtekið með nákvæmni vélarinnar.

Ogni giorno era uguale, una mattina si fondeva con quella successiva.

Hver dagur var eins, einn morgunn rann upp í þann næsta.

Alla stessa ora, i cuochi si alzarono per accendere il fuoco e preparare il cibo.

Á sama tíma risu kokkarnir upp til að kveikja eld og útbúa mat.

Dopo colazione alcuni lasciarono l'accampamento mentre altri attaccarono i cani.

Eftir morgunmat yfirgáfu sumir tjaldstæðið á meðan aðrir beisluðu hundana.

Raggiunsero il sentiero prima che il pallido segnale dell'alba sfiorasse il cielo.

Þau lögðu af stað áður en dauf viðvörun um dögun náði til himins.

Di notte si fermavano per accamparsi, e a ogni uomo veniva assegnato un compito.

Að nóttu til námu þeir staðar til að slá upp tjaldbúðum, hver maður með ákveðna skyldu.

Alcuni montarono le tende, altri tagliarono la legna da ardere e raccolsero rami di pino.

Sumir reistu tjöld, aðrir höggu eldivið og söfnuðu furugreinum.

Acqua o ghiaccio venivano portati ai cuochi per la cena serale.

Vatn eða ís var borið aftur til kokkanna fyrir kvöldmatinn.

I cani vennero nutriti e per loro quello fu il momento migliore della giornata.

Hundunum var gefið að éta og þetta var besti hluti dagsins fyrir þá.

Dopo aver mangiato il pesce, i cani si rilassarono e oziarono vicino al fuoco.

Eftir að hafa borðað fisk slökuðu hundarnir á og lágu við eldinn.

Nel convoglio c'erano un centinaio di altri cani con cui socializzare.

Það voru hundrað aðrir hundar í bílalestinni til að blanda geði við.

Molti di quei cani erano feroci e pronti a combattere senza preavviso.

Margir þessara hunda voru grimmir og fljótir til að berjast án viðvörunar.

Ma dopo tre vittorie, Buck riuscì a domare anche i combattenti più feroci.

En eftir þrjá sigra hafði Buck náð tökum á jafnvel hörðustu bardagamönnum.

Ora, quando Buck ringhiò e mostrò i denti, loro si fecero da parte.

Þegar Buck urraði og sýndi tennurnar, stigu þeir til hliðar.

Forse la cosa più bella di tutte era che a Buck piaceva sdraiarsi vicino al fuoco tremolante.

Kannski best af öllu var að Buck elskaði að liggja við logandi varðeldinn.

Si accovacciò, con le zampe posteriori ripiegate e quelle anteriori distese in avanti.

Hann kraup niður með afturfæturna krókna og framfæturna teygða fram.

Teneva la testa sollevata e sbatteva dolcemente le palpebre verso le fiamme ardenti.

Hann lyfti höfðinu er hann blikkaði lágt að glóandi logunum.

A volte ricordava la grande casa del giudice Miller a Santa Clara.

Stundum minntist hann stóra húss dómara Millers í Santa Clara.

Pensò alla piscina di cemento, a Ysabel e al carlino di nome Toots.

Hann hugsaði um sementslaugina, um Ysabel og mopshundinn sem hét Toots.

Ma più spesso si ricordava del bastone dell'uomo con il maglione rosso.

En oftar minntist hann mannsins með kylfuna í rauðu peysunni.

Ricordava la morte di Curly e la sua feroce battaglia con Spitz.

Hann minntist dauða Krullað og harðrar báráttu hans við Spitz.

Ricordava anche il buon cibo che aveva mangiato o che ancora sognava.

Hann minntist líka á góða matinn sem hann hafði borðað eða dreymdi enn um.

Buck non aveva nostalgia di casa: la valle calda era lontana e irreale.

Buck var ekki heimþráandi — hlýi dalurinn var fjarlægur og óraunverulegur.

I ricordi della California non avevano più alcun fascino su di lui.

Minningarnar frá Kaliforníu höfðu ekki lengur neitt raunverulegt aðdráttarafl í honum.

Più forti della memoria erano gli istinti radicati nella sua stirpe.

Sterkari en minnið voru eðlishvöt djúpt í ætt hans.

Le abitudini un tempo perdute erano tornate, ravvivate dal sentiero e dalla natura selvaggia.

Venjur sem eitt sinn höfðu glatast höfðu komið aftur, endurvaknar af slóðinni og náttúrunni.

Mentre Buck osservava la luce del fuoco, a volte questa diventava qualcos'altro.

Þegar Buck horfði á eldsljósið breyttist það stundum í eitthvað allt annað.

Vide alla luce del fuoco un altro fuoco, più vecchio e più profondo di quello attuale.

Hann sá í eldsljósinu annan eld, eldri og dýpri en þann sem nú er.

Accanto all'altro fuoco era accovacciato un uomo che non somigliava per niente al cuoco meticcio.

Við hinn eldinn kraup maður ólíkt hálfkyns kokkinum.

Questa figura aveva gambe corte, braccia lunghe e muscoli duri e contratti.

Þessi veru hafði stutta fætur, langa handleggi og harða, hnúta vöðva.

I suoi capelli erano lunghi e arruffati, e gli scendevano all'indietro a partire dagli occhi.

Hár hans var langt og flækt, hallandi aftur frá augunum.

Emetteva strani suoni e fissava l'oscurità con paura.

Hann gaf frá sér undarleg hljóð og starði hræddur út í myrkrið.

Teneva bassa una mazza di pietra, stretta saldamente nella sua mano lunga e ruvida.

Hann hélt steinkylfu lágt, fast í hendi sinni, löngu, grófu.

L'uomo indossava ben poco: solo una pelle carbonizzata che gli pendeva lungo la schiena.

Maðurinn var lítið í fötum; bara brunninn skinn sem hékk niður bakið á honum.

Il suo corpo era ricoperto da una folta peluria sulle braccia, sul petto e sulle cosce.

Líkami hans var þakinn þykku hári sem þvert yfir handleggi, bringu og læri.

Alcune parti del pelo erano aggrovigliate e formavano chiazze di pelo ruvido.

Sumir hlutar hársins voru flæktir í grófa feldarbletti.

Non stava dritto, ma era piegato in avanti dai fianchi alle ginocchia.

Hann stóð ekki beinn heldur beygði sig fram frá mjöðmum að hnjám.

I suoi passi erano elastici e felini, come se fosse sempre pronto a scattare.

Skref hans voru fjaðrandi og kattarleg, eins og hann væri alltaf tilbúinn til að stökkva.

C'era una forte allerta, come se vivesse nella paura costante.

Það var mikil árvekni, eins og hann lifði í stöðugum ótta.

Quest'uomo anziano sembrava aspettarsi il pericolo, indipendentemente dal fatto che questo venisse visto o meno.

Þessi forni maður virtist búast við hættu, hvort sem hættan var sjáanleg eða ekki.

A volte l'uomo peloso dormiva accanto al fuoco, con la testa tra le gambe.

Stundum svaf loðni maðurinn við eldinn, höfuðið á milli fótanna.

Teneva i gomiti sulle ginocchia e le mani giunte sopra la testa.

Olnbogarnir hvíldu a hnjánum, hendurnar krosslagðar fyrir ofan höfuðið.

Come un cane, usava le sue braccia pelose per proteggersi dalla pioggia che cadeva.

Eins og hundur notaði hann loðna handleggi sína til að varpa frá sér fallandi rignir gunni.

Oltre la luce del fuoco, Buck vide due carboni ardenti che ardevano nell'oscurità.

Handan við eldinn sá Buck tvö glóandi kol í myrkrinu.

Sempre a due a due, erano gli occhi delle bestie da preda.

Alltaf tvö og tvö, þau voru augu rándýra á hælunum.

Sentì corpi che si infrangevano tra i cespugli e rumori provenienti dalla notte.

Hann heyrði lík brotna í gegnum runna og hljóð sem heyrðust í nóttinni.

Sdraiato sulla riva dello Yukon, sbattendo le palpebre, Buck sognò accanto al fuoco.

Buck liggjandi á bakka Yukon-fljóts, blikkandi, dreymdi við eldinn.

Le immagini e i suoni di quel mondo selvaggio gli fecero rizzare i capelli.

Hljóðin og sjónirnar úr þessum villta heimi fengu hann til að rísa.

La pelliccia gli si drizzò lungo la schiena, sulle spalle e sul collo.

Feldurinn reis meðfram baki hans, axlunum og upp hálsinn.

Gemeva piano o emetteva un ringhio basso dal profondo del petto.

Hann kveinaði lágt eða urraði lágt djúpt í brjósti sér.

Allora il cuoco meticcio urlò: "Ehi, Buck, svegliati!"
Þá hrópaði hálfklæddi kokkurinn: „Heyrðu, þú Buck, vaknaðu!"

Il mondo dei sogni svanì e la vera vita tornò agli occhi di Buck.
Draumaheimurinn hvarf og raunveruleikinn birtist aftur í augum Bucks.

Si sarebbe alzato, si sarebbe stiracchiato e avrebbe sbadigliato, come se si fosse svegliato da un pisolino.
Hann ætlaði að standa upp, teygja sig og gapja, eins og hann hefði vaknað úr blundi.

Il viaggio era duro, con la slitta postale che li trascinava dietro.
Ferðin var erfið, þar sem póstsleðinn dróst á eftir þeim.

Carichi pesanti e lavoro duro sfinivano i cani ogni lunga giornata.
Þungar byrðar og erfitt starf tæmdu hundana á hverjum löngum degi.

Arrivarono a Dawson magro, stanco e con bisogno di più di una settimana di riposo.
Þau komu til Dawson grann, þreytt og þurftu meira en viku hvíld.

Ma solo due giorni dopo ripartirono per lo Yukon.
En aðeins tveimur dögum síðar lögðu þeir aftur af stað niður Júkonfljótið.

Erano carichi di altre lettere dirette al mondo esterno.
Þau voru hlaðin fleiri bréfum sem voru á leið til umheimsins.

I cani erano esausti e gli uomini si lamentavano in continuazione.
Hundarnir voru úrvinda og mennirnir kvörtuðu stöðugt.

Ogni giorno cadeva la neve, ammorbidendo il sentiero e rallentando le slitte.
Snjór féll á hverjum degi, mýkti slóðina og hægði á sleðanum.

Ciò rendeva la trazione più dura e aumentava la resistenza delle guide.
Þetta olli því að togið var harðara og hlaupararnir voru meira móttækilegir.

Nonostante ciò, i piloti si sono dimostrati leali e hanno avuto cura delle loro squadre.

Þrátt fyrir það voru ökumennirnir sanngjarnir og umhyggjusamir gagnvart liðum sínum.

Ogni notte, i cani venivano nutriti prima che gli uomini mangiassero.

Á hverju kvöldi voru hundarnir fóðraðir áður en mennirnir fengu að borða.

Nessun uomo dormiva prima di controllare le zampe del proprio cane.

Enginn maður sofnar áður en hann hefur athugað fætur hunds síns.

Tuttavia, i cani diventavano sempre più deboli man mano che i chilometri consumavano i loro corpi.

Samt sem áður veiktust hundarnir eftir því sem kílómetrarnir drógu á líkama þeirra.

Avevano viaggiato per milleottocento miglia durante l'inverno.

Þau höfðu ferðast átján hundruð mílur í vetur.

Percorrevano ogni miglio di quella distanza brutale trainando le slitte.

Þeir drógu sleða yfir hverja einustu kílómetra af þessari grimmilegu vegalengd.

Anche i cani da slitta più resistenti provano tensione dopo tanti chilometri.

Jafnvel hörðustu sleðahundarnir finna fyrir álagi eftir svona marga kílómetra.

Buck tenne duro, fece sì che la sua squadra lavorasse e mantenne la disciplina.

Buck hélt út, hélt liðinu sínu gangandi og viðhélt aga.

Ma Buck era stanco, proprio come gli altri durante il lungo viaggio.

En Buck var þreyttur, rétt eins og hinir á hinni löngu ferð.

Billee piagnucolava e piangeva nel sonno ogni notte, senza sosta.

Billee kveinaði og grét í svefni á hverju kvöldi án þess að bregðast.

- 115 -

Joe diventò ancora più amareggiato e Solleks rimase freddo e distante.

Joe varð enn bitrari og Solleks var kaldur og fjarlægur.

Ma è stato Dave a soffrire di più di tutta la squadra.

En það var Dave sem varð verst úti af öllu liðinu.

Qualcosa dentro di lui era andato storto, anche se nessuno sapeva cosa.

Eitthvað hafði farið úrskeiðis innra með honum, þótt enginn vissi hvað.

Divenne più lunatico e aggredì gli altri con rabbia crescente.

Hann varð skapstyggari og reiðist á aðra.

Ogni notte andava dritto al suo nido, in attesa di essere nutrito.

Á hverju kvöldi fór hann beint í hreiður sitt og beið eftir að fá að borða.

Una volta a terra, Dave non si alzò più fino al mattino.

Þegar Dave var kominn niður vaknaði hann ekki aftur fyrr en að morgni.

Sulle redini, gli improvvisi strattoni o sussulti lo facevano gridare di dolore.

Skyndilegir kippir eða rykk í taumunum ollu því að hann hrópaði af sársauka.

L'autista ha cercato di capirne la causa, ma non ha trovato ferite.

Ökumaður hans leitaði að orsökum slyssins en fann engin meiðsli á honum.

Tutti gli autisti cominciarono a osservare Dave e a discutere del suo caso.

Allir bílstjórarnir fóru að fylgjast með Dave og ræða mál hans.

Parlarono durante i pasti e durante l'ultima sigaretta della giornata.

Þau spjölluðu saman við máltíðir og á síðustu reykingardeginum sínum dagsins.

Una notte tennero una riunione e portarono Dave al fuoco.

Eitt kvöldið héldu þau fund og færðu Dave að eldinum.

Gli premevano e palpavano il corpo e lui gridava spesso.

Þau þrýstu á líkama hans og könnuðu hann, og hann grét oft.

Era evidente che qualcosa non andava, anche se non
sembrava esserci nessuna frattura.

Greinilega var eitthvað að, þó að engin bein virtust brotin.

Quando arrivarono al Cassiar Bar, Dave stava cadendo.

Þegar þau komu að Cassiar-barnum var Dave farinn að detta.

Il meticcio scozzese impose uno stop e rimosse Dave dalla
squadra.

Skoski hálfkynslóðin stal velli og fjarlægði Dave úr liðinu.

Fissò Solleks al posto di Dave, il più vicino possibile alla
parte anteriore della slitta.

Hann festi Sollek-búnaðinn í stað Dave, næst framhluta
sleðans.

Voleva lasciare che Dave riposasse e corresse libero dietro la
slitta in movimento.

Hann ætlaði að leyfa Dave að hvíla sig og hlaupa frjáls á eftir
sleðanum sem var á ferðinni.

Ma nonostante la malattia, Dave odiava che gli venisse tolto
il lavoro che aveva ricoperto.

En jafnvel þótt Dave væri veikur, hataði hann að vera tekinn
úr starfinu sem hann hafði gegnt.

Ringhiò e piagnucolò quando gli strapparono le redini dal
corpo.

Hann urraði og kveinaði þegar taumarnir voru dregnir af
líkama hans.

Quando vide Solleks al suo posto, pianse disperato.

Þegar hann sá Solleks á sínum stað grét hann af sársauka.

L'orgoglio per il lavoro sui sentieri era profondo in Dave,
anche quando la morte si avvicinava.

Stoltið yfir göngustígnum var djúpt í Dave, jafnvel þegar
dauðinn nálgaðist.

Mentre la slitta si muoveva, Dave arrancava nella neve
soffice vicino al sentiero.

Þegar sleðinn hreyfðist flakkaði Dave í gegnum mjúkan snjó
nálægt slóðinni.

Attaccò Solleks, mordendolo e spingendolo giù dal lato
della slitta.

Hann réðst á Solleks, beit hann og ýtti við honum frá hlið sleðans.

Dave cercò di saltare nell'imbracatura e di riprendersi il suo posto di lavoro.

Dave reyndi að stökkva í beislið og endurheimta vinnustað sinn.

Lui guaiva, si lamentava e piangeva, diviso tra il dolore e l'orgoglio del parto.

Hann æpti, kveinaði og grét, klofinn á milli sársauka og stolts yfir vinnunni.

Il meticcio usò la frusta per cercare di allontanare Dave dalla squadra.

Hálfkynslóðin notaði svipuna sína til að reyna að reka Dave frá liðinu.

Ma Dave ignorò la frustata e l'uomo non riuscì a colpirlo più forte.

En Dave hunsaði svipuna og maðurinn gat ekki slegið hann fastar.

Dave rifiutò il sentiero più facile dietro la slitta, dove la neve era compatta.

Dave neitaði að fara auðveldari leiðina fyrir aftan sleðann, þar sem snjórinn var þjappaður.

Invece, si ritrovò a lottare nella neve profonda, ai lati del sentiero, in preda alla miseria.

Í staðinn barðist hann í djúpum snjónum við slóðann, í eymd.

Alla fine Dave crollò, giacendo sulla neve e urlando di dolore.

Að lokum hneig Dave niður, liggjandi í snjónum og ýlfraði af sársauka.

Lanciò un grido mentre la lunga fila di slitte gli passava accanto una dopo l'altra.

Hann hrópaði upp þegar langur sleðalesturinn fór fram hjá honum, einn af öðrum.

Tuttavia, con le poche forze che gli rimanevano, si alzò e barcollò dietro di loro.

Samt sem áður, með þeim kröftum sem eftir voru, reis hann upp og staulaðist á eftir þeim.

Quando il treno si fermò di nuovo, lo raggiunse e trovò la sua vecchia slitta.

Hann náði honum þegar lestin stoppaði aftur og fann gamla sleðann sinn.

Superò con difficoltà le altre squadre e tornò a posizionarsi accanto a Solleks.

Hann þutaði fram hjá hinum liðunum og stóð aftur við hliðina á Solleks.

Mentre l'autista si fermava per accendere la pipa, Dave colse l'ultima occasione.

Þegar bílstjórinn stoppaði til að kveikja sér í pípunni greip Dave síðasta tækifærið.

Quando l'autista tornò e urlò, la squadra non avanzò.

Þegar bílstjórinn kom aftur og hrópaði, komst liðið ekki áfram.

I cani avevano girato la testa, confusi dall'improvviso arresto.

Hundarnir höfðu snúið höfðum sínum, ruglaðir yfir skyndilegu stöðvuninni.

Anche il conducente era scioccato: la slitta non si era mossa di un centimetro in avanti.

Bílstjórinn varð líka steinhissa — sleðinn hafði ekki færst tommu áfram.

Chiamò gli altri perché venissero a vedere cosa era successo.

Hann kallaði á hina að koma og sjá hvað hefði gerst.

Dave aveva masticato le redini di Solleks, spezzandole entrambe.

Dave hafði nagað í gegnum taumana á Solleks og brotið þá báða í sundur.

Ora era di nuovo in piedi davanti alla slitta, nella sua giusta posizione.

Nú stóð hann fyrir framan sleðann, aftur á réttum stað.

Dave alzò lo sguardo verso l'autista, implorandolo silenziosamente di restare al passo.

Dave leit upp til bílstjórans og bað hljóðlega um að halda sig innan slóðanna.

L'autista era perplesso e non sapeva cosa fare per il cane in difficoltà.

Bílstjórinn var ráðvilltur og vissi ekki hvað hann ætti að gera við hundinn sem átti í erfiðleikum.

Gli altri uomini parlavano di cani morti perché li avevano portati fuori.

Hinir mennirnir töluðu um hunda sem höfðu dáið eftir að hafa verið teknir út.

Raccontavano di cani vecchi o feriti il cui cuore si era spezzato quando erano stati abbandonati.

Þau sögðu frá gömlum eða særðum hundum sem hjörtu þeirra brotnuðu þegar þeir voru skildir eftir.

Concordarono che era un atto di misericordia lasciare che Dave morisse mentre era ancora imbrigliato.

Þau voru sammála um að það væri miskunn að láta Dave deyja meðan hann var enn í beislinu sínu.

Fu rimesso in sicurezza sulla slitta e Dave tirò con orgoglio.

Hann var festur aftur á sleðann og Dave dró af stolti.

Anche se a volte gridava, lavorava come se il dolore potesse essere ignorato.

Þótt hann hrópaði stundum, þá vann hann eins og hægt væri að hunsa sársauka.

Più di una volta cadde e fu trascinato prima di rialzarsi.

Oftar en einu sinni féll hann og var dreginn til baka áður en hann reis upp aftur.

A un certo punto la slitta gli rotolò addosso e da quel momento in poi zoppicò.

Einu sinni velti sleðinn yfir hann og hann haltraði frá þeirri stundu.

Nonostante ciò, lavorò finché non raggiunse l'accampamento e poi si sdraiò accanto al fuoco.

Samt vann hann þar til komið var að tjaldbúðunum og lagðist síðan við eldinn.

Al mattino Dave era troppo debole per muoversi o anche solo per stare in piedi.

Um morguninn var Dave of máttlaus til að ferðast eða jafnvel standa uppréttur.

Al momento di allacciare l'imbracatura, cercò di raggiungere il suo autista con sforzi tremanti.

Þegar kom að því að festa bílinn reyndi hann með skjálfandi fyrirhöfn að ná til ökumannsins.

Si sforzò di rialzarsi, barcollò e crollò sul terreno innevato.

Hann þvingaði sig upp, staulaðist og hrundi niður á snæviþakin jörðina.

Utilizzando le zampe anteriori, trascinò il suo corpo verso la zona dell'imbracatura.

Með framfótunum dró hann líkama sinn að beislissvæðinu.

Si fece avanti, centimetro dopo centimetro, verso i cani da lavoro.

Hann teygði sig áfram, tommu fyrir tommu, í átt að vinnuhundunum.

Le forze gli cedettero, ma continuò a muoversi nel suo ultimo disperato tentativo.

Kraftarnir þutu út, en hann hélt áfram í sinni síðustu örvæntingarfullu tilraun.

I suoi compagni di squadra lo videro ansimare nella neve, ancora desideroso di unirsi a loro.

Liðsfélagar hans sáu hann gæsa í snjónum, enn þráandi að slást í för með þeim.

Lo sentirono urlare di dolore mentre si lasciavano alle spalle l'accampamento.

Þau heyrðu hann ýlfra af sorg er þau yfirgáfu búðirnar.

Mentre la squadra svaniva tra gli alberi, il grido di Dave risuonava dietro di loro.

Þegar hópurinn hvarf inn í trén ómaði óp Dave fyrir aftan þá.

Il treno delle slitte si fermò brevemente dopo aver attraversato un tratto di fiume ricco di boschi.

Sleðalestin stoppaði stutta stund eftir að hafa farið yfir árbakka.

Il meticcio scozzese tornò lentamente verso l'accampamento alle sue spalle.

Skoski hálfkynshundurinn gekk hægt aftur í átt að tjaldbúðunum fyrir aftan.

Gli uomini smisero di parlare quando lo videro scendere dal treno delle slitte.

Mennirnir hættu að tala þegar þeir sáu hann fara úr sleðalestinni.

Poi un singolo colpo di pistola risuonò chiaro e netto attraverso il sentiero.

Þá heyrðist eitt skot, skýrt og hvasst, þvert yfir slóðann.

L'uomo tornò rapidamente e prese il suo posto senza dire una parola.

Maðurinn sneri fljótt aftur og settist upp án þess að segja orð.

Le fruste schioccavano, i campanelli tintinnavano e le slitte avanzavano sulla neve.

Svipur buldu, bjöllur klingdu og sleðarnir rúlluðu áfram í gegnum snjóinn.

Ma Buck sapeva cosa era successo, come tutti gli altri cani.

En Buck vissi hvað hafði gerst — og það gerðu allir aðrir hundar líka.

La fatica delle redini e del sentiero
Striði taumanna og slóðarinnar

Trenta giorni dopo aver lasciato Dawson, la Salt Water Mail raggiunse Skaguay.

Þrjátíu dögum eftir að Salt Water Mail fór frá Dawson kom það til Skaguay.

Buck e i suoi compagni di squadra presero il comando e arrivarono in condizioni pietose.

Buck og liðsfélagar hans komust yfir og mættu í ömurlegu ástandi.

Buck era sceso da 140 a 150 chili.

Buck hafði grennst úr hundrað fjörutíu pundum í hundrað og fimmtán pund.

Gli altri cani, sebbene più piccoli, avevano perso ancora più peso corporeo.

Hinir hundarnir, þótt þeir væru minni, höfðu misst enn meiri líkamsþyngd.

Pike, che una volta zoppicava fingendo, ora trascinava dietro di sé una gamba veramente ferita.

Pike, sem áður var falskur haltrari, dró nú alvarlega meiddan fót á eftir sér.

Solleks zoppicava gravemente e Dub aveva una scapola slogata.

Solleks haltraði illa og Dub var með slitið herðablað.

Tutti i cani del team avevano i piedi doloranti a causa delle settimane trascorse sul sentiero ghiacciato.

Allir hundarnir í liðinu voru með fæturna sára eftir að hafa verið á frosnum slóðum í margar vikur.

Non avevano più slancio nei loro passi, solo un movimento lento e trascinato.

Þau höfðu engan fjörleik eftir í skrefum sínum, aðeins hægfara, dragandi hreyfingu.

I loro piedi colpivano il sentiero con forza e ogni passo aggiungeva ulteriore sforzo al loro corpo.

Fæturnir þeirra lentu fast á slóðinni og hvert skref jók álagið á líkamann.

Non erano malati, erano solo stremati oltre ogni possibile guarigione naturale.

Þau voru ekki veik, bara úrvinda úr öllum eðlilegum bata.

Non si trattava della stanchezza di una giornata faticosa, curata con una notte di riposo.

Þetta var ekki þreyta eftir einn erfiðan dag, læknuð með næturhvíld.

Era una stanchezza accumulata lentamente attraverso mesi di sforzi estenuanti.

Þetta var þreyta sem safnaðist hægt og rólega upp eftir margra mánaða erfiði.

Non era rimasta alcuna riserva di forze: avevano esaurito ogni energia a loro disposizione.

Enginn varaafl eftir — þeir höfðu notað upp allt sem þeir áttu.

Ogni muscolo, fibra e cellula del loro corpo era consumato e usurato.

Hver einasta vöðvi, þráður og fruma í líkama þeirra var tæmd og slitin.

E c'era un motivo: avevano percorso duemilacinquecento miglia.

Og það var ástæða — þau höfðu farið tuttugu og fimm hundruð mílur.

Si erano riposati solo cinque giorni durante le ultime milleottocento miglia.

Þau höfðu aðeins hvílst í fimm daga á síðustu átján hundruð mílunum.

Quando giunsero a Skaguay, sembrava che riuscissero a malapena a stare in piedi.

Þegar þau komu til Skaguay virtust þau varla geta staðið upprétt.

Facevano fatica a tenere le redini strette e a restare davanti alla slitta.

Þau áttu í erfiðleikum með að halda taumunum þéttum og vera á undan sleðanum.

Nei pendii in discesa riuscivano solo a evitare di essere investiti.

Í brekkunum tókst þeim aðeins að forðast að vera keyrt yfir.

"Continuate a marciare, poveri piedi doloranti", disse l'autista mentre zoppicavano.

„Áfram með þig, aumingjar, fæturnir,“ sagði bílstjórinn og þeir haltruðu áfram.

"Questo è l'ultimo tratto, poi ci prenderemo tutti un lungo riposo, di sicuro."

„Þetta er síðasta teygjan, svo fáum við öll eina langa hvíld, það er víst.“

"Un riposo davvero lungo", promise, guardandoli barcollare in avanti.

„Ein alvöru löng hvíld,“ lofaði hann og horfði á þau staula áfram.

Gli autisti si aspettavano una lunga e necessaria pausa.

Bílstjórarnir bjuggust við að þeir fengju nú langt og nauðsynlegt hlé.

Avevano percorso milleduecento miglia con solo due giorni di riposo.

Þau höfðu ferðast tólf hundruð mílur með aðeins tveggja daga hvíld.

Per correttezza e ragione, ritenevano di essersi guadagnati un po' di tempo per rilassarsi.

Með réttlæti og skynsemi töldu þau sig hafa áunnið sér tíma til að slaka á.

Ma troppi erano giunti nel Klondike e troppo pochi erano rimasti a casa.

En of margir höfðu komið til Klondike og of fáir höfðu verið heima.

Le lettere delle famiglie continuavano ad arrivare, creando pile di posta in ritardo.

Bréf frá fjölskyldum streymdu inn og sköpuðu hrúgur af seinkuðum pósti.

Arrivarono gli ordini ufficiali: i nuovi cani della Hudson Bay avrebbero preso il sopravvento.

Opinberar skipanir bárust — nýir hundar frá Hudsonflóa áttu að taka við.

I cani esausti, ormai considerati inutili, dovevano essere eliminati.

Úrvinda hundana, sem nú voru kallaðir einskis virði, átti að farga.

Poiché i soldi erano più importanti dei cani, venivano venduti a basso prezzo.

Þar sem peningar skiptu meira máli en hundar, áttu þeir að vera seldir ódýrt.

Passarono altri tre giorni prima che i cani si accorgessero di quanto fossero deboli.

Þrír dagar liðu áður en hundarnir fundu hversu veikir þeir voru.

La quarta mattina, due uomini provenienti dagli Stati Uniti acquistarono l'intera squadra.

Á fjórða morguninn keyptu tveir menn frá Bandaríkjunum allt liðið.

La vendita comprendeva tutti i cani e le loro imbracature usate.

Salan innihélt alla hundana, auk slitinna beisla þeirra.

Mentre concludevano l'affare, gli uomini si chiamavano tra loro "Hal" e "Charles".

Mennirnir kölluðu hvor annan „Hal" og „Charles" þegar þeir kláruðu samninginn.

Charles era un uomo di mezza età, pallido, con labbra molli e folti baffi.

Karl var á miðjum aldri, fölur, með linar varir og grimmilegan yfirvaraskegg.

Hal era un giovane, forse diciannove anni, che indossava una cintura imbottita di cartucce.

Hal var ungur maður, kannski nítján ára, með belti fyllt með skothylkjum.

Nella cintura erano contenuti un grosso revolver e un coltello da caccia, entrambi inutilizzati.

Í beltinu var stór skammbyssa og veiðihnífur, bæði ónotuð.

Dimostrava quanto fosse inesperto e inadatto alla vita nel Nord.

Það sýndi hversu óreyndur og óhæfur hann var til lífsins á norðurslóðum.

Nessuno dei due uomini viveva in natura; la loro presenza sfidava ogni ragionevolezza.

Hvorugur maðurinn átti heima í óbyggðunum; nærvera þeirra ögraði allri skynsemi.

Buck osservava lo scambio di denaro tra l'acquirente e l'agente.

Buck horfði á peningana skiptast á milli kaupanda og fasteignasala.

Sapeva che i conducenti dei treni postali stavano abbandonando la sua vita come tutti gli altri.

Hann vissi að póstleststjórarnir væru að yfirgefa líf hans eins og hin.

Seguirono Perrault e François, ormai scomparsi.

Þeir fylgdu Perrault og François, sem nú voru orðnir ómananlegir.

Buck e la squadra vennero condotti al disordinato accampamento dei loro nuovi proprietari.

Buck og teymið voru leiddir í kærulausa búðir nýju eigenda sinna.

La tenda cedeva, i piatti erano sporchi e tutto era in disordine.

Tjaldið síg, diskarnir voru óhreinir og allt var í óreiðu.

Anche Buck notò una donna lì: Mercedes, moglie di Charles e sorella di Hal.

Buck tók líka eftir konu þar — Mercedes, konu Charles og systur Hals.

Formavano una famiglia completa, anche se erano tutt'altro che adatti al sentiero.

Þau urðu heil fjölskylda, þótt þau væru langt frá því að vera til þess fallin að vera á gönguleiðinni.

Buck osservava nervosamente mentre il trio iniziava a impacchettare le provviste.

Buck horfði taugaóstyrkur á meðan þríeykið byrjaði að pakka vistunum.

Lavoravano duro ma senza ordine, solo confusione e sforzi sprecati.

Þau unnu hörðum höndum en án reglu — bara vesen og sóun á fyrirhöfn.

La tenda era arrotolata fino a formare una sagoma ingombrante, decisamente troppo grande per la slitta.

Tjaldið var rúllað saman í fyrirferðarmikið form, alltof stórt fyrir sleðann.

I piatti sporchi venivano imballati senza essere stati né lavati né asciugati.

Óhreinum diskum var pakkað án þess að hafa verið þvegið eða þurrkað yfir höfuð.

Mercedes svolazzava in giro, parlando, correggendo e intromettendosi in continuazione.

Mercedes flaksaði um, stöðugt að tala, leiðrétta og skipta sér af.

Quando le misero un sacco davanti, lei insistette perché lo mettesse dietro.

Þegar poki var settur að framan, krafðist hún þess að hann væri aftan á.

Mise il sacco in fondo e un attimo dopo ne ebbe bisogno.

Hún pakkaði pokanum í botninn og á næstu augnabliki þurfti hún á honum að halda.

Quindi la slitta venne disimballata di nuovo per raggiungere quella specifica borsa.

Svo var sleðinn tekinn upp aftur til að ná í eina tiltekna töskuna.

Lì vicino, tre uomini stavano fuori da una tenda e osservavano la scena che si svolgeva.

Þar skammt frá stóðu þrír menn fyrir utan tjald og horfðu á atburðarásina gerast.

Sorrisero, ammiccarono e sogghignarono di fronte all'evidente confusione dei nuovi arrivati.

Þau brostu, kinkuðu kolli og glottu að augljósri ruglingi nýkominganna.

"Hai già un carico parecchio pesante", disse uno degli uomini.

„Þú ert nú þegar með ansi þunga byrði," sagði einn mannanna.

"Non credo che dovresti portare quella tenda, ma la scelta è tua."

„Ég held ekki að þú ættir að bera þetta tjald, en það er þitt val.“

"Impensabile!" esclamò Mercedes, alzando le mani in segno di disperazione.

„Ódreymt um!“ hrópaði Mercedes og lyfti höndunum í örvæntingu.

"Come potrei viaggiare senza una tenda sotto cui dormire?"

„Hvernig gæti ég mögulega ferðast án þess að hafa tjald til að gista undir?“

«È primavera, non vedrai più il freddo», rispose l'uomo.

„Það er vor — þú munt ekki sjá kalt veður aftur,“ svaraði maðurinn.

Ma lei scosse la testa e loro continuarono ad accumulare oggetti sulla slitta.

En hún hristi höfuðið og þau héldu áfram að hrúga hlutum á sleðann.

Il carico era pericolosamente alto mentre aggiungevano gli ultimi oggetti.

Byrðin reis hættulega hátt þegar þeir bættu við síðustu hlutunum.

"Pensi che la slitta andrà avanti?" chiese uno degli uomini con aria scettica.

„Heldurðu að sleðinn muni ganga?“ spurði einn mannanna með efasemdaraugum.

"E perché non dovrebbe?" ribatté Charles con netto fastidio.

„Hvers vegna ekki?“ svaraði Charles snöggt með mikilli pirringi.

"Oh, va bene", disse rapidamente l'uomo, evitando di offendersi.

„Ó, þetta er allt í lagi,“ sagði maðurinn fljótt og bakkaði undan móðguninni.

"Mi chiedevo solo: mi sembrava un po' troppo pesante nella parte superiore."

„Ég var bara að velta þessu fyrir mér — mér fannst þetta bara aðeins of þungt efst.“

Charles si voltò e legò il carico meglio che poté.

Karl sneri sér undan og batt byrðina eins vel og hann gat.

Ma le legature erano allentate e l'imballaggio nel complesso era fatto male.

En festingarnar voru lausar og pökkunin illa gerð í heildina.

"Certo, i cani tireranno così tutto il giorno", disse sarcasticamente un altro uomo.

„Jú, hundarnir munu draga þetta allan daginn," sagði annar maður kaldhæðnislega.

«Certamente», rispose Hal freddamente, afferrando il lungo timone della slitta.

„Auðvitað," svaraði Hal kalt og greip í langa gæsastöng sleðans.

Tenendo una mano sul palo, faceva roteare la frusta nell'altra.

Með aðra höndina á stönginni sveiflaði hann svipunni í hinni.

"Andiamo!" urlò. "Muovetevi!", incitando i cani a partire.

„Förum!" hrópaði hann. „Færið ykkur!" og hvatti hundana til að ræsa.

I cani si appoggiarono all'imbracatura e si sforzarono per qualche istante.

Hundarnir hölluðu sér í beislið og þvinguðust í nokkrar stundir.

Poi si fermarono, incapaci di spostare di un centimetro la slitta sovraccarica.

Þá námu þeir staðar, ófær um að hreyfa ofhlaðna sleðann þumlung.

"Quei fannulloni!" urlò Hal, alzando la frusta per colpirli.

„Lötu skepnurnar!" öskraði Hal og lyfti svipunni til að slá þau.

Ma Mercedes si precipitò dentro e strappò la frusta dalle mani di Hal.

En Mercedes þaut inn og greip svipuna úr höndum Hals.

«Oh, Hal, non osare far loro del male», gridò allarmata.

„Ó, Hal, þorðu ekki að meiða þá," hrópaði hún óttaslegin.

"Promettimi che sarai gentile con loro, altrimenti non farò un altro passo."

„Lofaðu mér að vera góður við þá, annars fer ég ekki skref lengra."

"Non sai niente di cani", scattò Hal contro la sorella.

„Þú veist ekkert um hunda," sagði Hal snöggt við systur sína.

"Sono pigri e l'unico modo per smuoverli è frustarli."

„Þeir eru latir og eina leiðin til að hreyfa þá er að svipa þá."

"Chiedi a chiunque, chiedi a uno di quegli uomini laggiù se dubiti di me."

„Spyrðu hvern sem er — spurðu einhvern af þessum mönnum þarna ef þú efast um mig."

Mercedes guardò gli astanti con occhi imploranti e pieni di lacrime.

Mercedes horfði á áhorfendurna með biðjandi, tárvotum augum.

Il suo viso rivelava quanto odiasse la vista di qualsiasi dolore.

Svipbrigði hennar sýndu hversu djúpt henni líkaði sjónina af sársauka.

"Sono deboli, tutto qui", ha detto un uomo. "Sono sfiniti."

„Þau eru veik, það er allt og sumt," sagði einn maður. „Þau eru úrvinda."

"Hanno bisogno di riposare: hanno lavorato troppo a lungo senza una pausa."

„Þau þurfa hvíld — þau hafa verið að vinna of lengi án hlés."

«Che il resto sia maledetto», borbottò Hal arricciando il labbro.

„Bölvaður sé hvíldin," muldraði Hal með krumpuðum vörum.

Mercedes sussultò, visibilmente addolorata per le parole volgari pronunciate da lui.

Mercedes dró andann djúpt, greinilega sár yfir dónalegu orðunum frá honum.

Ciononostante, lei rimase leale e difese immediatamente il fratello.

Samt sem áður var hún trú og varði bróður sinn samstundis.

"Non badare a quell'uomo", disse ad Hal. "Sono i nostri cani."

„Hafðu ekki áhyggjur af þessum manni," sagði hún við Hal.
„Þetta eru hundarnir okkar."
"Li guidi come meglio credi: fai ciò che ritieni giusto."
„Þú keyrir þá eins og þér sýnist — gerðu það sem þér finnst
rétt."
Hal sollevò la frusta e colpì di nuovo i cani senza pietà.
Hal lyfti svipunni og sló hundana aftur miskunnarlaust.
Si lanciarono in avanti, con i corpi bassi e i piedi che
affondavano nella neve.
Þau stukku fram, líkaminn lágt, fæturnir ýttir sér ofan í
snjóinn.
Tutta la loro forza era concentrata nel traino, ma la slitta non
si muoveva.
Öllum kröftum þeirra fór í togið, en sleðinn hreyfðist ekki.
La slitta rimase bloccata, come un'ancora congelata nella
neve compatta.
Sleðinn sat fastur, eins og akkeri sem hafði frosið í þjöppuðum
snjónum.
Dopo un secondo tentativo, i cani si fermarono di nuovo,
ansimando forte.
Eftir aðra tilraun námu hundarnir aftur staðar, andstuttir.
Hal sollevò di nuovo la frusta, proprio mentre Mercedes
interferiva di nuovo.
Hal lyfti svipunni enn á ný, rétt þegar Mercedes greip aftur
inn í.
Si lasciò cadere in ginocchio davanti a Buck e gli abbracciò il
collo.
Hún féll á kné fyrir framan Buck og faðmaði um háls hans.
Le lacrime le riempivano gli occhi mentre implorava il cane
esausto.
Tár fylltu augu hennar er hún sárbað þreytta hundinn.
"Poveri cari", disse, "perché non tirate più forte?"
„Þið vesalings elskurnar," sagði hún, „af hverju togið þið ekki
bara fastar?"
"Se tiri, non verrai frustato così."
„Ef þú togar, þá færðu ekki að vera pískaður svona."

A Buck non piaceva Mercedes, ma ormai era troppo stanco per resisterle.

Buck hafði ekki gaman af Mercedes, en hann var of þreyttur til að veita henni mótspyrnu núna.

Lui accettò le sue lacrime come se fossero solo un'altra parte di quella giornata miserabile.

Hann tók tár hennar sem bara einn hluta af hinum ömurlega degi.

Uno degli uomini che osservavano, dopo aver represso la rabbia, finalmente parlò.

Einn af mönnunum sem voru að horfa á tók loksins til máls eftir að hafa haldið aftur af reiði sinni.

"Non mi interessa cosa succede a voi, ma quei cani sono importanti."

„Mér er alveg sama hvað verður um ykkur, en þessir hundar skipta máli.“

"Se vuoi aiutare, stacca quella slitta: è ghiacciata e innevata."

„Ef þú vilt hjálpa, þá skaltu brjóta sleðann lausan — hann er frosinn fastur í snjónum.“

"Spingi con forza il palo della luce, a destra e a sinistra, e rompi il sigillo di ghiaccio."

„Ýttu fast á jökulstöngina, hægri og vinstri, og brjóttu ísinnsiglið.“

Fu fatto un terzo tentativo, questa volta seguendo il suggerimento dell'uomo.

Þriðja tilraun var gerð, að þessu sinni eftir tillögu mannsins.

Hal fece oscillare la slitta da una parte all'altra, facendo staccare i pattini.

Hal vaggaði sleðanum til og frá og losaði meðfærin.

La slitta, benché sovraccarica e scomoda, alla fine sobbalzò in avanti.

Sleðinn, þótt ofhlaðinn og klaufalegur væri, kipptist loksins áfram.

Buck e gli altri tirarono selvaggiamente, spinti da una tempesta di frustate.

Buck og hinir drógu óðfluga úr stað, knúnir áfram af fellibyl af svipuhöggum.

Un centinaio di metri più avanti, il sentiero curvava e scendeva in pendenza verso la strada.
Hundrað metrum fyrir framan beygði slóðinn og hallaði niður á götuna.
Ci sarebbe voluto un guidatore esperto per tenere la slitta in posizione verticale.
Það hefði þurft reyndan ökumann til að halda sleðanum uppréttum.
Hal non era abile e la slitta si ribaltò mentre svoltava.
Hal var ekki fær í ferðinni og sleðinn hallaði sér þegar hann sveiflaðist í beygjunni.
Le cinghie allentate cedettero e metà del carico si rovesciò sulla neve.
Lausar festingar gáfu sig og helmingur farmsins rann út á snjóinn.
I cani non si fermarono; la slitta più leggera continuò a procedere su un fianco.
Hundarnir námu ekki staðar; léttari sleðinn flaug áfram á hliðinni.
I cani, furiosi per i maltrattamenti e per il peso del carico, corsero più veloci.
Hundarnir voru reiðir af misþyrmingunum og þungu byrðinni og hlupu hraðar.
Buck, infuriato, si lanciò a correre, seguito dalla squadra.
Buck, í reiði, byrjaði að hlaupa, og liðið fylgdi á eftir.
Hal urlò "Whoa! Whoa!" ma la squadra non gli prestò attenzione.
Hal hrópaði „Vó! Vó!" en liðið gaf honum engan gaum.
Inciampò, cadde e fu trascinato a terra dall'imbracatura.
Hann hrasaði, féll og var dreginn eftir jörðinni í beislinu.
La slitta rovesciata lo travolse mentre i cani continuavano a correre avanti.
Sleðinn sem hafði fallið skall á hann á meðan hundarnir þutu á undan.
Il resto delle provviste è sparso lungo la trafficata strada di Skaguay.
Restin af birgðunum dreifðist um annasama götu Skaguay.

Le persone di buon cuore si precipitarono a fermare i cani e a raccogliere l'attrezzatura.

Góðhjartað fólk flýtti sér að stöðva hundana og safna saman búnaðinum.

Diedero anche consigli schietti e pratici ai nuovi viaggiatori.

Þau gáfu einnig nýju ferðalöngum ráð, beinskeytt og hagnýt.

"Se vuoi raggiungere Dawson, prendi metà del carico e raddoppia i cani."

„Ef þú vilt ná til Dawson, taktu þá helminginn af farminum og tvöfaldaðu hundana.“

Hal, Charles e Mercedes ascoltarono, anche se non con entusiasmo.

Hal, Charles og Mercedes hlustuðu, þó ekki með miklum áhuga.

Montarono la tenda e cominciarono a sistemare le loro provviste.

Þau settu upp tjaldið sitt og fóru að flokka vistir sínar.

Ne uscirono dei cibi in scatola, che fecero ridere a crepapelle gli astanti.

Út komu niðursoðnar vörur sem fengu áhorfendur til að hlæja upphátt.

"Roba in scatola sul sentiero? Morirai di fame prima che si sciolga", disse uno.

„Niðursoðið dót á slóðinni? Þú munt svelta áður en það bráðnar,“ sagði einn.

"Coperte d'albergo? Meglio buttarle via tutte."

„Hótelteppi? Það er betra að henda þeim öllum.“

"Togli anche la tenda e qui nessuno laverà più i piatti."

„Hendið líka tjaldinu, og enginn þvær upp hér.“

"Pensi di viaggiare su un treno Pullman con dei servitori a bordo?"

„Heldurðu að þú sért að ferðast með Pullman-lest með þjónustufólki um borð?“

Il processo ebbe inizio: ogni oggetto inutile venne gettato da parte.

Ferlið hófst — öllum ónothæfum hlutum var hent til hliðar.

Mercedes pianse quando le sue borse furono svuotate sul terreno innevato.

Mercedes grét þegar töskunum hennar var tæmt á snæviþakin jörð.

Singhiozzava per ogni oggetto buttato via, uno per uno, senza sosta.

Hún grét yfir hverjum einasta hlut sem hent var út, einum af öðrum, án þess að stoppa.

Giurò di non fare un altro passo, nemmeno per dieci Charles.

Hún sór þess eið að ganga ekki eitt skref lengra – ekki einu sinni fyrir tíu Karla.

Pregò ogni persona vicina di lasciarle conservare le sue cose preziose.

Hún bað alla í nágrenninu um að leyfa sér að geyma dýrmætu hlutina sína.

Alla fine si asciugò gli occhi e cominciò a gettare via anche i vestiti più importanti.

Loksins þurrkaði hún sér um augun og fór að henda jafnvel nauðsynlegum fötum.

Una volta terminato il suo, cominciò a svuotare le scorte degli uomini.

Þegar hún var búin með sína eigin birgðir fór hún að tæma birgðir mannanna.

Come un turbine, fece a pezzi gli effetti personali di Charles e Hal.

Eins og hvirfilvindur reif hún í gegnum eigur Charles og Hals.

Sebbene il carico fosse dimezzato, era comunque molto più pesante del necessario.

Þótt álagið hefði minnkað um helming var það samt miklu þyngra en þörf var á.

Quella notte, Charles e Hal uscirono e comprarono sei nuovi cani.

Um kvöldið fóru Charles og Hal út og keyptu sex nýja hunda.

Questi nuovi cani si unirono ai sei originali, più Teek e Koona.

Þessir nýju hundar bættust við upprunalegu sex, auk Teek og Koona.

Insieme formarono una squadra di quattordici cani attaccati alla slitta.

Saman mynduðu þeir fjórtán hunda sem voru tengdir við sleðann.

Ma i nuovi cani erano inadatti e poco addestrati per il lavoro con la slitta.

En nýju hundarnir voru óhæfir og illa þjálfaðir til sleðavinnu.

Tre dei cani erano cani da caccia a pelo corto, mentre uno era un Terranova.

Þrír hundanna voru stutthærðir pointerhundar og einn var af nýfundnalandsætt.

Gli ultimi due cani erano meticci senza alcuna razza o scopo ben definito.

Síðustu tveir hundarnir voru múslímar án skýrs kyns eða tilgangs.

Non capivano il percorso e non lo imparavano in fretta.

Þau skildu ekki slóðina og lærðu hana ekki fljótt.

Buck e i suoi compagni li osservavano con disprezzo e profonda irritazione.

Buck og félagar hans horfðu á þá með fyrirlitningu og djúpri pirringi.

Sebbene Buck insegnasse loro cosa non fare, non poteva insegnare loro il dovere.

Þótt Buck kenndi þeim hvað ekki ætti að gera, gat hann ekki kennt þeim skyldu.

Non amavano la vita sui sentieri né la trazione delle redini e delle slitte.

Þeim líkaði ekki vel við lífið á slóðum eða taumhald og sleða.

Soltanto i bastardi cercarono di adattarsi, e anche a loro mancava lo spirito combattivo.

Aðeins blendingarnir reyndu að aðlagast og jafnvel þeir skorti baráttuanda.

Gli altri cani erano confusi, indeboliti e distrutti dalla loro nuova vita.

Hinir hundarnir voru ruglaðir, veikir og niðurbrotnir í nýja lífi
sínu.

**Con i nuovi cani all'oscuro e i vecchi esausti, la speranza era
flebile.**

Þar sem nýju hundarnir voru ráðalausir og þeir gömlu
úrvinda var vonin lítil.

**La squadra di Buck aveva percorso duemilacinquecento
miglia di sentiero accidentato.**

Lið Bucks hafði lagt að baki tuttugu og fimm hundruð
kílómetra af erfiðri slóð.

**Ciononostante, i due uomini erano allegri e orgogliosi della
loro grande squadra di cani.**

Samt sem áður voru mennirnir tveir kátir og stoltir af stóra
hundaliðinu sínu.

**Pensavano di viaggiare con stile, con quattordici cani al
seguito.**

Þau héldu að þau væru að ferðast með stæl, með fjórtán
hunda í vagninum.

**Avevano visto delle slitte partire per Dawson e altre
arrivarne.**

Þau höfðu séð sleða leggja af stað til Dawson og aðra koma
þaðan.

**Ma non ne avevano mai vista una trainata da ben quattordici
cani.**

En aldrei höfðu þau séð einn dreginn af jafn mörgum og
fjórtán hundum.

**C'era un motivo per cui squadre del genere erano rare nelle
terre selvagge dell'Artico.**

Það var ástæða fyrir því að slík lið voru sjaldgæf í óbyggðum
norðurslóða.

**Nessuna slitta poteva trasportare cibo sufficiente a sfamare
quattordici cani per l'intero viaggio.**

Enginn sleði gat borið nægan mat til að fæða fjórtán hunda í
ferðinni.

Ma Charles e Hal non lo sapevano: avevano fatto i calcoli.

En Charles og Hal vissu það ekki — þeir höfðu reiknað það út.

Hanno pianificato la razione di cibo: una certa quantità per cane, per un certo numero di giorni, fatta.

Þau skrifuðu niður matinn með blýanti: svo mikið á hvern hund, svo marga daga, tilbúið.

Mercedes guardò i numeri e annuì come se avessero senso.

Mercedes leit á tölurnar þeirra og kinkaði kolli eins og það væri rökrétt.

Tutto le sembrava molto semplice, almeno sulla carta.

Þetta virtist allt mjög einfalt fyrir henni, að minnsta kosti á pappírnum.

La mattina seguente, Buck guidò lentamente la squadra lungo la strada innevata.

Næsta morgun leiddi Buck hópinn hægt upp snæviþakta götuna.

Non c'era né energia né spirito in lui e nei cani dietro di lui.

Það var hvorki orka ne lífskraftur í honum né hundunum á eftir honum.

Erano stanchi morti fin dall'inizio: non avevano più riserve.

Þau voru dauðþreytt frá upphafi — það var enginn varasjóður eftir.

Buck aveva già fatto quattro viaggi tra Salt Water e Dawson.

Buck hafði þegar farið fjórar ferðir milli Salt Water og Dawson.

Ora, di fronte alla stessa pista, non provava altro che amarezza.

Nú, þegar hann stóð aftur frammi fyrir sömu slóð, fann hann ekkert nema beiskju.

Il suo cuore non c'era, e nemmeno quello degli altri cani.

Hjarta hans var ekki með í því, né heldur hjörtu hinna hundanna.

I nuovi cani erano timidi e gli husky non si fidavano per niente.

Nýju hundarnir voru feimnir og husky-hundarnir skorti allt traust.

Buck capì che non poteva fare affidamento su quei due uomini o sulla loro sorella.

Buck fann að hann gat ekki treyst á þessa tvo menn eða systur þeirra.

Non sapevano nulla e non mostravano alcun segno di apprendimento lungo il percorso.

Þau vissu ekkert og sýndu engin merki um að læra á leiðinni.

Erano disorganizzati e privi di qualsiasi senso di disciplina.

Þau voru óskipulagð og skorti alla aga.

Ogni volta impiegavano metà della notte per allestire un accampamento malmesso.

Það tók þá hálfa nóttina að koma sér upp sloppnu tjaldbúðum í hvert skipti.

E metà della mattina successiva la trascorsero di nuovo armeggiando con la slitta.

Og hálfan næsta morgun eyddu þeir aftur í að fikta við sleðann.

Spesso a mezzogiorno si fermavano solo per sistemare il carico irregolare.

Um hádegi stoppuðu þeir oft bara til að laga ójafnan farm.

In alcuni giorni percorsero meno di dieci miglia in totale.

Suma daga ferðuðust þau innan við tíu kílómetra samtals.

Altri giorni non riuscivano proprio ad abbandonare l'accampamento.

Aðra daga tókst þeim alls ekki að yfirgefa búðirnar.

Non sono mai riusciti a coprire la distanza alimentare prevista.

Þau komust aldrei nálægt því að fara yfir áætlaða matarfjarlægð.

Come previsto, il cibo per i cani finì molto presto.

Eins og búist var við, þá kláruðust hundarnir fljótt í matarskort.

Nei primi tempi hanno peggiorato ulteriormente la situazione con l'eccesso di cibo.

Þeir gerðu illt verra með því að offóðra í fyrstu.

Ciò rendeva la carestia sempre più vicina, con ogni razione disattenta.

Þetta færði hungursneyð nær með hverri kærulausri skömmtun.

I nuovi cani non avevano ancora imparato a sopravvivere con molto poco.

Nýju hundarnir höfðu ekki lært að lifa af á mjög litlu.

Mangiarono avidamente, con un appetito troppo grande per il sentiero.

Þau borðuðu svangir, með of mikla matarlyst fyrir slóðina.

Vedendo i cani indebolirsi, Hal pensò che il cibo non fosse sufficiente.

Þegar Hal sá hundana veikjast taldi hann að maturinn væri ekki nóg.

Raddoppiò le razioni, peggiorando ulteriormente l'errore.

Hann tvöfaldaði skammtana og gerði mistökin enn verri.

Mercedes aggravò il problema con le sue lacrime e le sue suppliche sommesse.

Mercedes bætti við vandamálið með tárum og mjúkri bæn.

Quando non riuscì a convincere Hal, diede da mangiare ai cani di nascosto.

Þegar henni tókst ekki að sannfæra Hal, gaf hún hundunum að éta í leyni.

Rubò il pesce dai sacchi e glielo diede alle spalle.

Hún stal úr fiskisekkjunum og gaf þeim það á bak við bakið á honum.

Ma ciò di cui i cani avevano veramente bisogno non era altro cibo: era riposo.

En það sem hundarnir þurftu í raun og veru ekki meiri mat – heldur hvíld.

Nonostante la loro scarsa velocità, la pesante slitta continuava a procedere.

Þau voru að ná lélegum tíma, en þungi sleðinn dróst samt áfram.

Quel peso da solo esauriva ogni giorno le loro forze rimanenti.

Þessi þyngd ein og sér tæmdi þá sem eftir voru af þeim á hverjum degi.

Poi arrivò la fase della sottoalimentazione, quando le scorte scarseggiavano.

Þá kom að því að næringarskorturinn varð þegar birgðirnar voru þrotnar.

Una mattina Hal si accorse che metà del cibo per cani era già finito.

Hal áttaði sig einn morguninn á því að helmingurinn af hundamatnum var þegar búinn.

Avevano percorso solo un quarto della distanza totale del sentiero.

Þau höfðu aðeins farið fjórðung af heildarvegalengdinni á leiðinni.

Non si poteva più comprare cibo, a qualunque prezzo.

Ekki var hægt að kaupa meiri mat, sama hvaða verð var í boði.

Ridusse le porzioni dei cani al di sotto della razione giornaliera standard.

Hann minnkaði skammta hundanna niður fyrir venjulegan dagskammt.

Allo stesso tempo, chiese di viaggiare più a lungo per compensare la perdita.

Jafnframt krafðist hann lengri ferðalaga til að bæta upp tapið.

Mercedes e Charles appoggiarono questo piano, ma fallirono nella sua realizzazione.

Mercedes og Charles studdu þessa áætlun en framkvæmd hennar mistókst.

La loro pesante slitta e la mancanza di abilità rendevano il progresso quasi impossibile.

Þungur sleði þeirra og skortur á færni gerði það nær ómögulegt að komast áfram.

Era facile dare meno cibo, ma impossibile forzare uno sforzo maggiore.

Það var auðvelt að gefa minna mat, en ómögulegt að þvinga fram meiri fyrirhöfn.

Non potevano partire prima, né viaggiare per ore extra.

Þau gátu ekki byrjað snemma né heldur ferðast í lengri tíma.

Non sapevano come gestire i cani, e nemmeno loro stessi, a dire il vero.

Þau vissu ekki hvernig ætti að vinna hundana, né sjálf sig, ef út í það er farið.

Il primo cane a morire fu Dub, lo sfortunato ma laborioso
ladro.

Fyrsti hundurinn sem dó var Dub, óheppni en duglegi
þjófurinn.

Sebbene spesso punito, Dub aveva fatto la sua parte senza
lamentarsi.

Þótt Dub hefði oft verið refsað, þá stóð hann sig án þess að
kvarta.

La sua spalla ferita peggiorò se non ricevette cure adeguate e
non ebbe bisogno di riposo.

Öxl hans versnaði ár umönnunar eða þörf á hvíld.

Alla fine, Hal usò la pistola per porre fine alle sofferenze di
Dub.

Að lokum notaði Ha skammbyssuna til að binda enda á
þjáningar Dubs.

Un detto comune afferma che i cani normali muoiono se
vengono nutriti con razioni di husky.

Algeng málsháttur hélt því fram að venjulegir hundar deyi á
husky-fóðurskammti.

I sei nuovi compagni di Buck avevano ricevuto solo metà
della quota di cibo riservata all'husky.

Sex nýju félagar Bucks fengu aðeins helminginn af matnum
sem husky-hundurinn fékk.

Il Terranova morì per primo, seguito dai tre cani da caccia a
pelo corto.

Nýfundnalandshundurinn dó fyrst, síðan þrír stutthærðu
pointerhundarnir.

I due bastardi resistettero più a lungo ma alla fine morirono
come gli altri.

Blendingarnir tveir héldu út lengur en fórust að lokum eins og
hinir.

Ormai tutti i comfort e la gentilezza del Southland erano
scomparsi.

Á þessum tíma voru allir þægindi og blíðu Suðurlandsins
horfnir.

Le tre persone avevano perso le ultime tracce della loro
educazione civile.

Þessir þrír höfðu losað sig við síðustu ummerki siðmenntaðrar uppeldis síns.

Spogliato di glamour e romanticismo, il viaggio nell'Artico è diventato brutalmente reale.

Svipt glamúr og rómantík urðu ferðalög um norðurslóðir grimmilega raunveruleg.

Era una realtà troppo dura per il loro senso di virilità e femminilità.

Þetta var veruleiki of harður fyrir tilfinningu þeirra fyrir karlmennsku og kvenleika.

Mercedes non piangeva più per i cani, ma piangeva solo per se stessa.

Mercedes grét ekki lengur yfir hundunum, heldur grét nú aðeins yfir sjálfri sér.

Trascorreva il tempo piangendo e litigando con Hal e Charles.

Hún eyddi tímanum í að gráta og rífast við Hal og Charles.

Litigare era l'unica cosa per cui non si stancavano mai.

Rifrildi voru það eina sem þau voru aldrei of þreytt til að gera.

La loro irritabilità derivava dalla miseria, cresceva con essa e la superava.

Pirringur þeirra stafaði af eymdinni, jókst með henni og fór fram úr henni.

La pazienza del cammino, nota a coloro che faticano e soffrono con generosità, non è mai arrivata.

Þolinmæði slóðarinnar, sem þeir sem strita og þjást af góðvild þekkja, kom aldrei.

Quella pazienza che rende dolce la parola nonostante il dolore, era a loro sconosciuta.

Sú þolinmæði, sem heldur tali sætu þrátt fyrir sársauka, var þeim ókunn.

Non avevano alcun briciolo di pazienza, nessuna forza derivante dalla sofferenza con grazia.

Þau höfðu engan vott af þolinmæði, engan styrk sem sóttist í þjáningar með náð.

Erano irrigiditi dal dolore: dolori nei muscoli, nelle ossa e nel cuore.

Þau voru stirð af sársauka — aum í vöðvum, beinum og hjörtum.

Per questo motivo, divennero taglienti nella lingua e pronti a pronunciare parole dure.

Vegna þessa urðu þeir hvassir í tungu og fljótir til að mæla hörðum orðum.

Ogni giorno iniziava e finiva con voci arrabbiate e lamentele amare.

Hver dagur hófst og endaði með reiðilegum röddum og bitrum kvörtunum.

Charles e Hal litigavano ogni volta che Mercedes ne dava loro l'occasione.

Charles og Hal rifust alltaf þegar Mercedes gaf þeim tækifæri.

Ogni uomo credeva di aver fatto più del dovuto.

Hver maður taldi sig hafa gert meira en sanngjarnt var fyrir verkið.

Nessuno dei due ha mai perso l'occasione di dirlo, ancora e ancora.

Hvorugur þeirra lét tækifærið renna til að segja það, aftur og aftur.

A volte Mercedes si schierava con Charles, a volte con Hal.

Stundum tók Mercedes afstöðu með Charles, stundum með Hal.

Ciò portò a una grande e infinita lite tra i tre.

Þetta leiddi til mikilla og endalausra rifrilda milli þeirra þriggja.

La disputa su chi dovesse tagliare la legna da ardere divenne incontrollabile.

Deila um hver ætti að höggva eldivið fór úr böndunum.

Ben presto vennero nominati padri, madri, cugini e parenti defunti.

Fljótlega voru feður, mæður, frændsystkini og látnir ættingjar nefndir á nafn.

Le opinioni di Hal sull'arte o sulle opere teatrali di suo zio divennero parte della lotta.

Skoðanir Hals á list eða leikrit frænda síns urðu hluti af baráttunni.

Anche le convinzioni politiche di Carlo entrarono nel dibattito.

Stjórnmálaskoðanir Karls komu einnig inn í umræðuna.

Per Mercedes, perfino i pettegolezzi della sorella del marito sembravano rilevanti.

Jafnvel slúður systur eiginmanns hennar virtist viðeigandi fyrir Mercedes.

Espresse la sua opinione su questo e su molti dei difetti della famiglia di Charles.

Hún lét skoðanir sínar í ljós um það og um marga af göllum fjölskyldu Karls.

Mentre discutevano, il fuoco rimase spento e l'accampamento mezzo allestito.

Meðan þau rifuðust var eldurinn slökktur og tjaldbúðirnar hálfkveiktar.

Nel frattempo i cani erano rimasti infreddoliti e senza cibo.

Á meðan voru hundarnir kaldir og án nokkurs matar.

Mercedes nutriva un risentimento che considerava profondamente personale.

Mercedes hafði kvörtun sem hún taldi mjög persónulega.

Si sentiva maltrattata in quanto donna e le venivano negati i suoi gentili privilegi.

Henni fannst hún vera illa farið með sem kona, neitað um blíðu forréttindi sín.

Era carina e gentile, e per tutta la vita era stata abituata alla cavalleria.

Hún var falleg og mjúk og riddarleg alla sína ævi.

Ma suo marito e suo fratello ora la trattavano con impazienza.

En eiginmaður hennar og bróðir sýndu henni nú óþolinmæði.

Aveva l'abitudine di comportarsi in modo impotente e loro cominciarono a lamentarsi.

Hún var vön að hegða sér hjálparvana og þau fóru að kvarta.

Offesa da ciò, rese loro la vita ancora più difficile.

Hún móðgaðist yfir þessu og gerði líf þeirra enn erfiðara.

Ignorò i cani e insistette per guidare lei stessa la slitta.

Hún hunsaði hundana og krafðist þess að fá að fara sjálf á sleðanum.

Sebbene sembrasse esile, pesava centoventi libbre (circa quaranta chili).

Þótt hún væri létt að útliti vó hún eitt hundrað og tuttugu pund.

Quel peso aggiuntivo era troppo per i cani affamati e deboli.

Þessi aukabyrði var of mikil fyrir sveltandi, veikburða hundana.

Nonostante ciò, continuò a cavalcare per giorni, finché i cani non crollarono nelle redini.

Samt reið hún í daga, þar til hundarnir féllu saman í taumunum.

La slitta si fermò e Charles e Hal la implorarono di proseguire a piedi.

Sleðinn stóð kyrr og Charles og Hal báðu hana um að ganga.

Loro la implorarono e la scongiurarono, ma lei pianse e li definì crudeli.

Þau sárbændu og sárbændu, en hún grét og kallaði þau grimm.

In un'occasione, la tirarono giù dalla slitta con pura forza e rabbia.

Einu sinni drógu þeir hana af sleðanum með hreinu afli og reiði.

Dopo quello che accadde quella volta non ci riprovarono più.

Þau reyndu aldrei aftur eftir það sem gerðist þann tíma.

Si accasciò come una bambina viziata e si sedette nella neve.

Hún haltraði eins og spillt barn og settist í snjóinn.

Continuarono a muoversi, ma lei si rifiutò di alzarsi o di seguirli.

Þau héldu áfram, en hún neitaði að standa upp eða fylgja á eftir.

Dopo tre miglia si fermarono, tornarono indietro e la riportarono indietro.

Eftir þrjár mílur stöðvuðu þau, sneru aftur og báru hana til baka.

La ricaricarono sulla slitta, usando ancora una volta la forza bruta.

Þeir hlóðu hana aftur upp á sleðann, aftur með hörku afli.

Nella loro profonda miseria, erano insensibili alla sofferenza dei cani.

Í djúpri eymd sinni voru þeir tilfinningalausir gagnvart þjáningum hundanna.

Hal credeva che fosse necessario indurirsi e impose questa convinzione agli altri.

Hal trúði því að maður yrði að herða sig og þröngvaði þeirri trú upp á aðra.

Inizialmente ha cercato di predicare la sua filosofia a sua sorella

Hann reyndi fyrst að prédika heimspeki sína fyrir systur sinni

e poi, senza successo, predicò al cognato.

og síðan, án árangurs, prédikaði hann fyrir mág sínum.

Ebbe più successo con i cani, ma solo perché li ferì.

Hann hafði meiri árangur með hundunum, en aðeins vegna þess að hann meiddi þá.

Da Five Fingers, il cibo per cani è rimasto completamente vuoto.

Hjá Five Fingers kláraðist hundamaturinn alveg.

Una vecchia squaw sdentata vendette qualche chilo di pelle di cavallo congelata

Tannlaus gamall squat seldi nokkur pund af frosnu hestaskinni

Hal scambiò la sua pistola con la pelle di cavallo secca.

Hal skipti skammbyssunni sinni út fyrir þurrkaða hesthúð.

La carne proveniva dai cavalli affamati di allevatori di bovini, morti mesi prima.

Kjötið hafði komið af sveltandi hestum nautgripabænda mánuðum áður.

Congelata, la pelle era come ferro zincato: dura e immangiabile.

Frosin, skinnið var eins og galvaniseruðu járni; sterkt og óæt.

Per riuscire a mangiarla, i cani dovevano masticare la pelle senza sosta.

Hundarnir þurftu að tyggja endalaust á felunni til að éta hana.

Ma le corde coriacee e i peli corti non erano certo un nutrimento.

En leðurkenndu strengirnir og stutta hárið voru varla næring.

La maggior parte della pelle era irritante e non era cibo in senso stretto.

Mest af skinninu var pirrandi og ekki fæða í neinum eiginlegum skilningi.

E nonostante tutto, Buck barcollava davanti a tutti, come in un incubo.

Og þrátt fyrir allt þetta staulaðist Buck fremst, eins og í martröð.

Quando poteva, tirava; quando non poteva, restava lì finché non veniva sollevato dalla frusta o dal bastone.

Hann togaði þegar hann gat; þegar hann gat það ekki lá hann þar til svipa eða kylfa lyfti honum.

Il suo pelo fine e lucido aveva perso tutta la rigidità e la lucentezza di un tempo.

Fínn, glansandi feldurinn hans hafði misst allan stífleika og gljáa sem hann hafði áður haft.

I suoi capelli erano flosci, spettinati e pieni di sangue rappreso a causa dei colpi.

Hár hans hékk slappt, úfið og storknað af þurrkuðu blóði eftir höggin.

I suoi muscoli si ridussero a midolli e i cuscinetti di carne erano tutti consumati.

Vöðvarnir hans minnkuðu í strengi og holdspúðarnir voru allir slitnir.

Ogni costola, ogni osso erano chiaramente visibili attraverso le pieghe della pelle rugosa.

Hvert rifbein, hvert bein, sást greinilega í gegnum fellingar af hrukkuðum húðflúr.

Fu straziante, ma il cuore di Buck non riuscì a spezzarsi.

Það var hjartnæmt, en samt gat hjarta Bucks ekki brotnað.

L'uomo con il maglione rosso lo aveva testato e dimostrato molto tempo prima.

Maðurinn í rauða peysunni hafði prófað það og sannað það fyrir löngu síðan.

Così come accadde a Buck, accadde anche a tutti i suoi compagni di squadra rimasti.

Eins og það var með Buck, svo var það líka með alla hans eftirlifandi liðsfélaga.

Ce n'erano sette in totale, ognuno uno scheletro ambulante di miseria.

Þeir voru sjö alls, hver og einn eins og gangandi beinagrind eymdar.

Erano diventati insensibili alle fruste e sentivano solo un dolore distante.

Þau voru dofin og máttlaus, fundu aðeins fyrir fjarlægum sársauka.

Anche la vista e i suoni li raggiungevano debolmente, come attraverso una fitta nebbia.

Jafnvel sjón og heyrn náðu til þeirra dauflega, eins og í gegnum þykka þoku.

Non erano mezzi vivi: erano ossa con deboli scintille al loro interno.

Þau voru ekki hálf lifandi — þau voru bein með daufum neistum innan í.

Una volta fermati, crollarono come cadaveri, con le scintille quasi del tutto spente.

Þegar þeir voru stöðvaðir hrundu þeir saman eins og lík, neistarnir næstum horfnir.

E quando la frusta o il bastone colpivano di nuovo, le scintille sfarfallavano debolmente.

Og þegar svipan eða kylfan sló aftur, flautuðu neistarnir veikt.

Poi si alzarono, barcollarono in avanti e trascinarono le loro membra in avanti.

Þá risu þau upp, stauluðust áfram og drógu útlimina áfram.

Un giorno il gentile Billee cadde e non riuscì più a rialzarsi.

Dag einn féll góðhjartaði Billee og gat alls ekki risið upp aftur.

Hal aveva scambiato la sua pistola con quella di Billee, così decise di ucciderla con un'ascia.

Hal hafði skipt á skammbyssu sinni, svo hann notaði öxi til að drepa Billee í staðinn.

Lo colpì alla testa, poi gli tagliò il corpo e lo trascinò via.

Hann sló hann í höfuðið, skar síðan líkama hans lausan og dró hann burt.

Buck se ne accorse, e così fecero anche gli altri: sapevano che la morte era vicina.

Buck sá þetta, og hinir líka; þeir vissu að dauðinn var í nánd.

Il giorno dopo Koona se ne andò, lasciando solo cinque cani nel gruppo affamato.

Daginn eftir fór Koona og skildi aðeins fimm hunda eftir í sveltandi hópnum.

Joe, non più cattivo, era ormai troppo fuori di sé per rendersi conto di nulla.

Joe, ekki lengur vondur, var of langt genginn til að vita af miklu.

Pike, ormai non fingeva più di essere ferito, era appena cosciente.

Pike, sem ekki lengur þóttist meiða sig, var varla meðvitundarlaus.

Solleks, ancora fedele, si rammaricava di non avere più la forza di dare.

Solleks, enn trúr, harmaði að hann hefði engan kraft til að gefa.

Teek fu battuto più di tutti perché era più fresco, ma stava calando rapidamente.

Teek var mest barinn vegna þess að hann var ferskari en dofnaði hratt.

E Buck, ancora in testa, non mantenne più l'ordine né lo fece rispettare.

Og Buck, enn í forystu, hélt ekki lengur uppi reglu né framfylgdi henni.

Mezzo accecato dalla debolezza, Buck seguì la pista solo a tentoni.

Hálfblindur af veikleika fylgdi Buck slóðinni eingöngu eftir tilfinningunni.

Era una bellissima primavera, ma nessuno di loro se ne accorse.
Það var dásamlegt vorveður, en enginn þeirra tók eftir því.
Ogni giorno il sole sorgeva prima e tramontava più tardi.
Á hverjum degi reis sólin fyrr og settist seinna en áður.
Alle tre del mattino era già spuntata l'alba; il crepuscolo durò fino alle nove.
Klukkan þrjú um nóttina rann upp dögun; rökkrið varði til níu.
Le lunghe giornate erano illuminate dal sole primaverile.
Langir dagarnir voru fylltir af geislandi vorsólarinnar.
Il silenzio spettrale dell'inverno si era trasformato in un caldo mormorio.
Draugaleg þögn vetrarins hafði breyst í hlýjan mulning.
Tutta la terra si stava svegliando, animata dalla gioia degli esseri viventi.
Allt landið vaknaði, lifandi af gleði lifandi vera.
Il suono proveniva da ciò che era rimasto morto e immobile per tutto l'inverno.
Hljóðið kom frá því sem hafði legið dautt og kyrrt allan veturinn.
Ora quelle cose si mossero di nuovo, scrollandosi di dosso il lungo sonno del gelo.
Nú hreyfðust þessir hlutir aftur og hristu af sér hinn langa frostsvefni.
La linfa saliva attraverso i tronchi scuri dei pini in attesa.
Safi steig upp úr dökkum stofnum furutrjánna sem biðu.
Salici e pioppi tremuli fanno sbocciare giovani gemme luminose su ogni ramoscello.
Víðir og öspur skjóta fram björtum ungum knappum á hverri grein.
Arbusti e viti si tingono di un verde fresco mentre il bosco si anima.
Runnar og vínviður fengu ferskan grænan lit þegar skógurinn lifnaði við.
Di notte i grilli cantavano e di giorno gli insetti strisciavano nella luce del sole.

Krybbur kvittruðu á nóttunni og skordýr skriðu í dagsbirtunni.

Le pernici gridavano e i picchi picchiavano in profondità tra gli alberi.

Grjóthænur dundu og spætur börðust djúpt í trjánum.

Gli scoiattoli chiacchieravano, gli uccelli cantavano e le oche starnazzavano per richiamare l'attenzione dei cani.

Íkornar kvöddu, fuglar sungu og gæsir flautu yfir hundunum.

Gli uccelli selvatici arrivavano a cunei affilati, volando in alto da sud.

Villifuglinn kom í hvössum hópum, flugandi upp úr suðri.

Da ogni pendio giungeva la musica di ruscelli nascosti e impetuosi.

Frá hverri hlíð barst tónlist frá földum, straumandi lökkum.

Tutto si scongelava e si spezzava, si piegava e ricominciava a muoversi.

Allt þiðnaði og brotnaði, beygðist og sprakk aftur af stað.

Lo Yukon si sforzò di spezzare le fredde catene del ghiaccio ghiacciato.

Júkon reyndi að brjóta kælikeðjurnar úr frosnu ísnum.

Il ghiaccio si scioglieva sotto, mentre il sole lo scioglieva dall'alto.

Ísinn bráðnaði undir en sólin bræddi hann að ofan.

Si aprirono dei buchi, si allargarono delle crepe e dei pezzi caddero nel fiume.

Loftgöt opnuðust, sprungur breiddust út og brotin féllu í ána.

In mezzo a tutta questa vita sfrenata e sfrenata, i viaggiatori barcollavano.

Mitt í öllu þessu iðandi og líflega lífi reikuðu ferðalangarnir.

Due uomini, una donna e un branco di husky camminavano come morti.

Tveir menn, kona og hópur af husky-hundum gengu eins og dauðir menn.

I cani cadevano, Mercedes piangeva, ma continuava a guidare la slitta.

Hundarnir voru að detta, Mercedes grét, en ók samt á sleðanum.

Hal imprecò debolmente e Charles sbatté le palpebre con gli occhi lacrimanti.

Hal bölvaði máttlaust og Charles blikkaði augunum með tárvotum augum.

Si imbatterono nell'accampamento di John Thornton, nei pressi della foce del White River.

Þeir rákust inn í herbúðir Johns Thorntons við ósa Hvítaár.

Quando si fermarono, i cani caddero a terra, come se fossero stati tutti colpiti a morte.

Þegar þeir námu staðar féllu hundarnir flatir niður, eins og allir hefðu dottið dauðir niður.

Mercedes si asciugò le lacrime e guardò John Thornton.

Mercedes þerraði tárin og leit yfir á John Thornton.

Charles si sedette su un tronco, lentamente e rigidamente, dolorante per il sentiero.

Karl sat hægt og stirðlega á trjábol, verkjandi eftir slóðina.

Hal parlava mentre Thornton intagliava l'estremità del manico di un'ascia.

Hal talaði fyrir sér á meðan Thornton höggva út endann á öxarskafti.

Tagliò il legno di betulla e rispose con frasi brevi e decise.

Hann hjó birkivið og svaraði með stuttum, ákveðnum tilsvörum.

Quando gli veniva chiesto, dava un consiglio, certo che non sarebbe stato seguito.

Þegar hann var spurður gaf hann ráð, viss um að þeim yrði ekki fylgt.

Hal spiegò: "Ci avevano detto che il ghiaccio lungo la pista si stava staccando".

Hal útskýrði: „Þeir sögðu okkur að ísinn á slóðinni væri að dofna.“

"Ci avevano detto che dovevamo restare fermi, ma siamo arrivati a White River."

„Þau sögðu að við ættum að vera kyrr — en við komumst að White River.“

Concluse con un tono beffardo, come per cantare vittoria nelle difficoltà.

Hann endaði með hæðnislegum tón, eins og hann væri að lýsa yfir sigri í erfiðleikum.

"E ti hanno detto la verità", rispose John Thornton a bassa voce ad Hal.

„Og þeir sögðu þér satt," svaraði John Thornton Hal rólega.

"Il ghiaccio potrebbe cedere da un momento all'altro: è pronto a staccarsi."

„Ísinn getur gefið sig hvenær sem er — hann er tilbúinn að detta af."

"Solo la fortuna cieca e gli sciocchi avrebbero potuto arrivare vivi fin qui."

„Aðeins blind heppni og fífl hefðu getað komist svona langt lifandi."

"Te lo dico senza mezzi termini: non rischierei la vita per tutto l'oro dell'Alaska."

„Ég segi þér það alveg hreinskilnislega, ég myndi ekki hætta lífi mínu fyrir allt gullið í Alaska."

"Immagino che tu non sia uno stupido", rispose Hal.

„Það er vegna þess að þú ert ekki fífl, geri ég ráð fyrir," svaraði Hal.

"Comunque, andiamo avanti con Dawson." Srotolò la frusta.

„En samt sem áður förum við áfram til Dawson." Hann reif af sér svipuna.

"Sali, Buck! Ehi! Alzati! Forza!" urlò con voce roca.

„Komdu upp, Buck! Hæ! Komdu upp! Komdu!" hrópaði hann hvösslega.

Thornton continuò a intagliare, sapendo che gli sciocchi non volevano sentire ragioni.

Thornton hélt áfram að fikta, vitandi að fífl hlusta ekki á rök.

Fermare uno stupido era inutile, e due o tre stupidi non cambiavano nulla.

Að stöðva fífl var tilgangslaust — og tveir eða þrír fífl breyttu engu.

Ma la squadra non si mosse al suono del comando di Hal.

En liðið hreyfði sig ekki við skipun Hals.

Ormai solo i colpi potevano farli sollevare e avanzare.

Núna gætu aðeins högg fengið þá til að rísa og dragast áfram.

La frusta schioccava ripetutamente sui cani indeboliti.
Svipan sleit aftur og aftur yfir veikburða hundana.
John Thornton strinse forte le labbra e osservò in silenzio.
John Thornton kreisti varirnar þétt saman og horfði þegjandi
á.
Solleks fu il primo a rialzarsi sotto la frusta.
Solleks var fyrstur til að skríða á fætur undir svipuhögginu.
Poi Teek lo seguì, tremando. Joe urlò mentre barcollava.
Þá fylgdi Teek á eftir, skjálfandi. Joe öskraði þegar hann
staulaðist upp.
**Pike cercò di alzarsi, fallì due volte, poi alla fine si rialzò
barcollando.**
Pike reyndi að rísa á fætur, mistókst tvisvar sinnum, en stóð
loksins óstöðugur á fætur.
Ma Buck rimase lì dov'era caduto, senza muoversi affatto.
En Buck lá þar sem hann hafði fallið, hreyfði sig alls ekki að
þessu sinni.
La frusta lo colpì più volte, ma lui non emise alcun suono.
Svipan sló hann aftur og aftur, en hann gaf ekkert hljóð frá sér.
**Lui non sussultò né oppose resistenza, rimase
semplicemente immobile e in silenzio.**
Hann hvorki hikaði né veitti mótspyrnu, heldur var bara kyrr
og hljóður.
**Thornton si mosse più di una volta, come per dire qualcosa,
ma non lo fece.**
Thornton hrærði sig oftar en einu sinni, eins og hann ætlaði að
tala, en gerði það ekki.
**I suoi occhi si inumidirono, ma la frusta continuava a
schioccare contro Buck.**
Augun hans urðu blaut og svipan brotnaði enn gegn Buck.
**Alla fine Thornton cominciò a camminare lentamente,
incerto sul da farsi.**
Loksins fór Thornton að ganga hægt fram og til baka, óviss
um hvað hann ætti að gera.
Era la prima volta che Buck falliva e Hal si infuriò.
Þetta var í fyrsta skipti sem Buck mistókst og Hal varð
ævareiður.

Gettò via la frusta e prese al suo posto il pesante manganello.

Hann kastaði svipunni frá sér og tók upp þunga kylfuna í staðinn.

La mazza di legno colpì con violenza, ma Buck non si alzò per muoversi.

Trékylfan féll fast niður, en Buck reis samt ekki á fætur til að hreyfa sig.

Come i suoi compagni di squadra, era troppo debole, ma non solo.

Eins og liðsfélagar hans var hann of veikburða — en meira en það.

Buck aveva deciso di non muoversi, qualunque cosa accadesse.

Buck hafði ákveðið að hreyfa sig ekki, sama hvað kæmi næst.

Sentì qualcosa di oscuro e sicuro incombere proprio davanti a sé.

Hann fann eitthvað dimmt og öruggt sveima rétt fyrir framan hann.

Quel terrore lo aveva colto non appena aveva raggiunto la riva del fiume.

Þessi ótti hafði gripið hann um leið og hann kom að árbakkanum.

Quella sensazione non lo aveva abbandonato da quando aveva sentito il ghiaccio assottigliarsi sotto le zampe.

Tilfinningin hafði ekki horfið frá honum síðan hann fann ísinn þunnan undir loppunum.

Qualcosa di terribile lo stava aspettando: lo sentiva proprio lungo il sentiero.

Eitthvað hræðilegt beið hans — hann fann það rétt niður slóðann.

Non avrebbe camminato verso quella cosa terribile davanti a lui

Hann ætlaði ekki að ganga í átt að þessum hræðilega hlut framundan

Non avrebbe obbedito a nessun ordine che lo avrebbe condotto a quella cosa.

Hann ætlaði ekki að hlýða neinum skipunum sem leiddu hann til þessa.

Ormai il dolore dei colpi non lo sfiorava più: era troppo stanco.

Sársaukinn af höggunum snerti hann varla núna — hann var of langt horfinn.

La scintilla della vita tremolava lentamente, affievolita da ogni colpo crudele.

Lífsneistinn blikkaði lágt, dofnaði undir hverju grimmilega höggi.

Gli arti gli sembravano distanti; tutto il corpo sembrava appartenere a un altro.

Limir hans voru fjarlægir; allur líkami hans virtist tilheyra öðrum.

Sentì uno strano torpore mentre il dolore scompariva completamente.

Hann fann fyrir undarlegri dofa þegar sársaukinn hvarf alveg.

Da lontano, sentiva che lo stavano picchiando, ma non se ne rendeva conto.

Hann fann að verið var að barsmíða sig úr fjarlægð en vissi varla af því.

Poteva udire debolmente i tonfi, ma ormai non gli facevano più male.

Hann heyrði dynkin dauft, en þau voru ekki lengur raunverulega sár.

I colpi andarono a segno, ma il suo corpo non sembrava più il suo.

Höggin lentu en líkami hans virtist ekki lengur hans eigin.

Poi, all'improvviso, senza alcun preavviso, John Thornton lanciò un grido selvaggio.

Þá skyndilega, án viðvörunar, rak John Thornton upp óp.

Era inarticolato, più il grido di una bestia che di un uomo.

Það var óskýrt, frekar óp dýrs en manns.

Si lanciò sull'uomo con la mazza e fece cadere Hal all'indietro.

Hann stökk á manninn með kylfuna og sló Hal aftur á bak.

Hal volò come se fosse stato colpito da un albero, atterrando pesantemente al suolo.

Hal flaug eins og tré hefði rekist á hann og lenti þungt á jörðinni.

Mercedes urlò a gran voce in preda al panico e si portò le mani al viso.

Mercedes öskraði upphátt í örvæntingu og greip um andlit hennar.

Charles si limitò a guardare, si asciugò gli occhi e rimase seduto.

Karl horfði bara á, þurrkaði sér um augun og sat síðan kyrr.

Il suo corpo era troppo irrigidito dal dolore per alzarsi o contribuire alla lotta.

Líkami hans var of stífur af sársauka til að geta risið upp eða hjálpað til í bardaganum.

Thornton era in piedi davanti a Buck, tremante di rabbia, incapace di parlare.

Thornton stóð yfir Buck, skjálfandi af reiði, ófær um að tala.

Tremava di rabbia e lottò per trovare la voce.

Hann skalf af reiði og barðist við að finna rödd sína í gegnum hana.

"Se colpisci ancora quel cane, ti uccido", disse infine.

„Ef þú slærð þennan hund aftur, þá drep ég þig," sagði hann loksins.

Hal si asciugò il sangue dalla bocca e tornò avanti.

Hal þurrkaði sér blóðið og kom fram aftur.

"È il mio cane", borbottò. "Togliti di mezzo o ti sistemo io."

„Þetta er hundurinn minn," muldraði hann. „Farðu úr veginum, eða ég laga þig."

"Vado da Dawson e tu non mi fermerai", ha aggiunto.

„Ég er að fara til Dawson og þú ætlar ekki að stoppa mig," bætti hann við.

Thornton si fermò tra Buck e il giovane arrabbiato.

Thornton stóð fastur á milli Bucks og hins reiða unga manns.

Non aveva alcuna intenzione di farsi da parte o di lasciar passare Hal.

Hann hafði ekki í hyggju að stíga til hliðar eða láta Hal fara fram hjá sér.

Hal tirò fuori il suo coltello da caccia, lungo e pericoloso nella sua mano.

Hal dró upp veiðihnífinn sinn, langan og hættulega í hendinni.

Mercedes urlò, poi pianse, poi rise in preda a un'isteria selvaggia.

Mercedes öskraði, grét svo og hló svo í villtri móðursýki.

Thornton colpì la mano di Hal con il manico dell'ascia, con forza e rapidità.

Thornton sló fast og hratt í hönd Hals með öxarskaftinu.

Il coltello si liberò dalla presa di Hal e volò a terra.

Hnífurinn losnaði úr greipum Hals og flaug til jarðar.

Hal cercò di raccogliere il coltello, ma Thornton gli batté di nuovo le nocche.

Hal reyndi að taka hnífinn upp og Thornton barði aftur á hnúana.

Poi Thornton si chinò, afferrò il coltello e lo tenne fermo.

Þá laut Thornton niður, greip hnífinn og hélt á honum.

Con due rapidi colpi del manico dell'ascia, tagliò le redini di Buck.

Með tveimur hröðum höggum með öxarskaftinu hjó hann á taumana á Buck.

Hal non aveva più voglia di combattere e si allontanò dal cane.

Hal hafði enga baráttu eftir og steig á bak frá hundinum.

Inoltre, ora Mercedes aveva bisogno di entrambe le braccia per restare in piedi.

Auk þess þurfti Mercedes nú báða handleggina til að halda sér uppréttri.

Buck era troppo vicino alla morte per poter nuovamente tirare la slitta.

Buck var of nærri dauðanum til að geta dregið sleða aftur.

Pochi minuti dopo, ripartirono, dirigendosi verso il fiume.

Fáeinum mínútum síðar lögðu þau af stað og héldu niður ána.

Buck sollevò debolmente la testa e li guardò lasciare la banca.

Buck lyfti höfðinu máttlaust og horfði á þá fara úr bankanum.

Pike guidava la squadra, con Solleks dietro al volante.

Pike leiddi liðið með Solleks aftast í stýrissætinu.

Joe e Teek camminavano in mezzo, zoppicando entrambi per la stanchezza.

Joe og Teek gengu á milli, báðir haltrandi af þreytu.

Mercedes si sedette sulla slitta e Hal afferrò la lunga pertica.

Mercedes sat á sleðanum og Hal greip í langa gæsastöngina.

Charles barcollava dietro di lui, con passi goffi e incerti.

Karl hrasaði á eftir sér, klaufalegur og óöruggur í skrefunum.

Thornton si inginocchiò accanto a Buck e tastò delicatamente per vedere se aveva ossa rotte.

Thornton kraup við hlið Bucks og þreifaði varlega eftir brotum.

Le sue mani erano ruvide, ma si muovevano con gentilezza e cura.

Hendur hans voru hrjúfar en hreyfðust af góðvild og umhyggju.

Il corpo di Buck era pieno di lividi, ma non presentava lesioni permanenti.

Líkami Bucks var marinn en engin varanleg meiðsli reyndust.

Ciò che restava era una fame terribile e una debolezza quasi totale.

Það sem eftir var var hræðileg hungursneyð og nær alger máttleysi.

Quando la situazione fu più chiara, la slitta era già andata molto a valle.

Þegar þetta var orðið ljóst var sleðinn kominn langt niður ána.

L'uomo e il cane osservavano la slitta avanzare lentamente sul ghiaccio che si rompeva.

Maður og hundur horfðu á sleðann skríða hægt yfir sprunginn ísinn.

Poi videro la slitta sprofondare in una cavità.

Þá sáu þau sleðann sökkva ofan í dæld.

La pertica volò in alto, ma Hal vi si aggrappò ancora invano.

Gístöngin flaug upp, og Hal hélt enn fast í hana til einskis.

L'urlo di Mercedes li raggiunse attraverso la fredda distanza.

Óp Mercedes barst til þeirra yfir kalda fjarlægðina.

Charles si voltò e fece un passo indietro, ma era troppo tardi.

Karl sneri sér við og steig til baka – en hann var of seinn.

Un'intera calotta di ghiaccio cedette e tutti precipitarono.

Heil ísbreiðan gaf sig og þau féllu öll í gegn.

Cani, slitte e persone scomparvero nelle acque nere sottostanti.

Hundar, sleðar og fólk hurfu í svarta vatnið fyrir neðan.

Nel punto in cui erano passati era rimasto solo un largo buco nel ghiaccio.

Aðeins stórt gat var eftir í ísnum þar sem þeir höfðu farið fram hjá.

Il fondo del sentiero era crollato, proprio come aveva previsto Thornton.

Botn slóðarinnar hafði dottið út — rétt eins og Thornton varaði við.

Thornton e Buck si guardarono l'un l'altro, in silenzio per un momento.

Thornton og Buck horfðu hvor á annan, þöglir um stund.

"Povero diavolo", disse Thornton dolcemente, e Buck gli leccò la mano.

„Þú vesalings djöfull," sagði Thornton lágt og Buck sleikti höndina á honum.

Per amore di un uomo
Fyrir ást mannsins

John Thornton si congelò i piedi per il freddo del dicembre precedente.
John Thornton fraus fæturna í kuldanum í desember síðastliðnum.
I suoi compagni lo fecero sentire a suo agio e lo lasciarono guarire da solo.
Samstarfsaðilar hans létu honum líða vel og létu hann einn jafna sig.
Risalirono il fiume per raccogliere una zattera di tronchi da sega per Dawson.
Þau fóru upp ána til að safna saman sagviðarflóka fyrir Dawson.
Zoppicava ancora leggermente quando salvò Buck dalla morte.
Hann haltraði enn lítillega þegar hann bjargaði Buck frá dauða.
Ma con il persistere del caldo, anche quella zoppia è scomparsa.
En með áframhaldandi hlýju veðri hvarf jafnvel þessi haltur.
Sdraiato sulla riva del fiume durante le lunghe giornate primaverili, Buck si riposò.
Buck hvíldi sig við árbakkann á löngum vordögum.
Osservava l'acqua che scorreva e ascoltava gli uccelli e gli insetti.
Hann horfði á rennandi vatnið og hlustaði á fugla og skordýr.
Lentamente Buck riacquistò le forze sotto il sole e il cielo.
Hægt og rólega endurheimti Buck krafta sína undir sólinni og himninum.
Dopo aver viaggiato tremila miglia, riposarsi è stato meraviglioso.
Hvíldin var dásamleg eftir að hafa ferðast þrjú þúsund kílómetra.
Buck diventò pigro man mano che le sue ferite guarivano e il suo corpo si riempiva.

Buck varð latur þegar sár hans gróu og líkami hans fylltist.

I suoi muscoli si rassodarono e la carne tornò a ricoprire le sue ossa.

Vöðvarnir hans stinnnuðu og hold huldi beinin aftur.

Stavano tutti riposando: Buck, Thornton, Skeet e Nig.

Þau voru öll að hvíla sig — Buck, Thornton, Skeet og Nig.

Aspettarono la zattera che li avrebbe portati a Dawson.

Þau biðu eftir flekanum sem átti að flytja þau niður til Dawson.

Skeet era un piccolo setter irlandese che fece amicizia con Buck.

Skeet var lítill írskur setter sem vingast við Buck.

Buck era troppo debole e malato per resisterle al loro primo incontro.

Buck var of veikur og veikur til að veita henni mótspyrnu við fyrsta fund þeirra.

Skeet aveva la caratteristica di guaritore che alcuni cani possiedono per natura.

Skeet hafði þann lækningaeiginleika sem sumir hundar hafa náttúrulega.

Come una gatta, leccò e pulì le ferite aperte di Buck.

Eins og kattarmamma sleikti hún og hreinsaði hrá sár Bucks.

Ogni mattina, dopo colazione, ripeteva il suo attento lavoro.

Á hverjum morgni eftir morgunmat endurtók hún vandlega vinnu sína.

Buck finì per aspettarsi il suo aiuto tanto quanto quello di Thornton.

Buck fór að vænta hjálpar hennar jafn mikið og hann vænti hjálpar Thorntons.

Anche Nig era amichevole, ma meno aperto e meno affettuoso.

Nig var líka vingjarnleg, en minna opinská og minna ástúðleg.

Nig era un grosso cane nero, in parte segugio e in parte levriero.

Nig var stór svartur hundur, hálfur blóðhundur og hálfur dádýrahundur.

Aveva occhi sorridenti e un'infinita bontà d'animo.

Hann hafði brosandi augu og endalausa góðvild í anda sínum.

Con sorpresa di Buck, nessuno dei due cani mostrò gelosia nei suoi confronti.

Buck til undrunar sýndi hvorugur hundurinn honum öfund.

Sia Skeet che Nig condividevano la gentilezza di John Thornton.

Bæði Skeet og Nig nutu sömu góðvildar og John Thornton.

Man mano che Buck diventava più forte, lo attiravano in stupidi giochi da cani.

Þegar Buck varð sterkari lokkuðu þeir hann í heimskulega hundaleiki.

Anche Thornton giocava spesso con loro, incapace di resistere alla loro gioia.

Thornton lék sér líka oft við þau, ófær um að standast gleði þeirra.

In questo modo giocoso, Buck passò dalla malattia a una nuova vita.

Á þennan leikræna hátt færðist Buck frá veikindum yfir í nýtt líf.

L'amore, quello vero, ardente e passionale, era finalmente suo.

Ástin – sönn, brennandi og ástríðufull ást – var loksins hans.

Non aveva mai conosciuto questo tipo di amore nella tenuta di Miller.

Hann hafði aldrei kynnst þess konar ást á bústað Millers.

Con i figli del giudice aveva condiviso lavoro e avventure.

Með sonum dómarans hafði hann deilt verkum og ævintýrum.

Nei nipoti notò un orgoglio rigido e vanitoso.

Hjá barnabörnunum sá hann stífan og montinn stolt.

Con lo stesso giudice Miller aveva un rapporto di rispettosa amicizia.

Við dómara Miller sjálfan átti hann virðingarfullan vin.

Ma l'amore che era fuoco, follia e adorazione era ciò che accadeva con Thornton.

En ást sem var eldur, brjálæði og tilbeiðsla kom með Thornton.

Quest'uomo aveva salvato la vita di Buck, e questo di per sé significava molto.

Þessi maður hafði bjargað lífi Bucks, og það eitt og sér þýddi heilmikið.

Ma più di questo, John Thornton era il tipo ideale di maestro.

En meira en það, John Thornton var kjörinn meistari.

Altri uomini si prendevano cura dei cani per dovere o per necessità lavorative.

Aðrir menn annast hunda af skyldu eða nauðsyn í atvinnuskyni.

John Thornton si prendeva cura dei suoi cani come se fossero figli.

John Thornton annaðist hundana sína eins og þeir væru börnin hans.

Si prendeva cura di loro perché li amava e semplicemente non poteva farne a meno.

Hann elskaði þau af því að hann gat einfaldlega ekki að því gert.

John Thornton vide molto più lontano di quanto la maggior parte degli uomini riuscisse mai a vedere.

John Thornton sá jafnvel lengra en flestir menn nokkurn tímann náðu að sjá.

Non dimenticava mai di salutarli gentilmente o di pronunciare una parola di incoraggiamento.

Hann gleymdi aldrei að heilsa þeim vinsamlega eða segja hlýlegt orð.

Amava sedersi con i cani per fare lunghe chiacchierate, o "gassy", come diceva lui.

Hann elskaði að sitja niður með hundunum í löngum samræðum, eða „loftgosi" eins og hann sagði.

Gli piaceva afferrare bruscamente la testa di Buck tra le sue mani forti.

Honum líkaði að grípa harkalega um höfuð Bucks milli sterkra handa sinna.

Poi appoggiò la testa contro quella di Buck e lo scosse delicatamente.

Svo lagði hann höfuðið að höfði Bucks og hristi hann hann varlega.

Nel frattempo, chiamava Buck con nomi volgari che per lui significavano affetto.

Allan tímann kallaði hann Buck dónaleg nöfn sem þýddu ást fyrir Buck.

Per Buck, quell'abbraccio rude e quelle parole portarono una gioia profonda.

Þessi hrjúfa faðmlag og þessi orð veittu Buck djúpa gleði.

A ogni movimento il suo cuore sembrava sussultare di felicità.

Hjarta hans virtist titra af hamingju við hverja hreyfingu.

Quando poi balzò in piedi, la sua bocca sembrava ridere.

Þegar hann spratt upp á eftir leit út eins og munnurinn á honum væri að hlæja.

I suoi occhi brillavano intensamente e la sua gola tremava per una gioia inespressa.

Augun hans skinu skært og hálsinn titraði af ólýsanlegri gleði.

Il suo sorriso rimase immobile in quello stato di emozione e affetto ardente.

Bros hans stóð kyrrt í þessu tilfinningaástandi og geislandi ástúð.

Allora Thornton esclamò pensieroso: "Dio! Riesce quasi a parlare!"

Þá hrópaði Thornton hugsi: „Guð minn góður! hann getur næstum talað!"

Buck aveva uno strano modo di esprimere l'amore che quasi gli causava dolore.

Buck hafði undarlega leið til að tjá ást sem næstum olli sársauka.

Spesso stringeva forte la mano di Thornton tra i denti.

Hann greip oft mjög fast í hönd Thorntons.

Il morso avrebbe lasciato segni profondi che sarebbero rimasti per qualche tempo.

Bitið átti eftir að skilja eftir djúp spor sem héldu áfram um tíma á eftir.

Buck credeva che quei giuramenti fossero amore, e Thornton
la pensava allo stesso modo.

Buck trúði því að þessir eiðar væru ást, og Thornton vissi það
sama.

Il più delle volte, l'amore di Buck si manifestava in
un'adorazione silenziosa, quasi silenziosa.

Oftast birtist ást Bucks í hljóðri, næstum þögulli aðdáun.

Sebbene fosse emozionato quando veniva toccato o gli si
parlava, non cercava attenzione.

Þótt hann væri himinlifandi þegar hann var snert eða talað við
hann, þá leitaði hann ekki athygli.

Skeet spinse il naso sotto la mano di Thornton finché lui
non la accarezzò.

Skeet ýtti við trýninu undir hönd Thorntons þar til hann
strauk henni.

Nig si avvicinò silenziosamente e appoggiò la sua grande
testa sulle ginocchia di Thornton.

Nig gekk hljóðlega upp að honum og lagði stóra höfuðið á hné
Thorntons.

Buck, al contrario, si accontentava di amare da una rispettosa
distanza.

Buck, hins vegar, var ánægður með að elska úr virðulegri
fjarlægð.

Rimase sdraiato per ore ai piedi di Thornton, vigile e attento.

Hann lá klukkustundum saman við fætur Thorntons, vakandi
og fylgist grannt með.

Buck studiò ogni dettaglio del volto del suo padrone,
perfino il più piccolo movimento.

Buck rannsakaði hvert smáatriði í andliti húsbónda síns og
minnstu hreyfingar.

Oppure sdraiati più lontano, studiando in silenzio la sagoma
dell'uomo.

Eða laug lengra í burtu, rannsakaði lögun mannsins í þögn.

Buck osservava ogni piccolo movimento, ogni cambiamento
di postura o di gesto.

Buck fylgdist með hverri litlu hreyfingu, hverri breytingu á
líkamsstöðu eða látbragði.

Questo legame era così potente che spesso catturava lo sguardo di Thornton.

Svo sterk var þessi tenging að hún dró oft athygli Thorntons.

Incontrò lo sguardo di Buck senza dire parole, e il suo amore traspariva chiaramente.

Hann mætti augnaráði Bucks án orða, ástin skein skýrt í gegnum hann.

Per molto tempo dopo essere stato salvato, Buck non perse mai di vista Thornton.

Langt síðan Buck bjargaði Thornton, en hann sleppti honum aldrei úr augsýn.

Ogni volta che Thornton usciva dalla tenda, Buck lo seguiva da vicino all'esterno.

Alltaf þegar Thornton fór úr tjaldinu fylgdi Buck honum fast á eftir út.

Tutti i severi padroni delle Terre del Nord avevano fatto sì che Buck non riuscisse più a fidarsi.

Allir hinir hörðu húsbændur í Norðurlandinu höfðu gert Buck hræddan við að treysta.

Temeva che nessun uomo potesse restare suo padrone se non per un breve periodo.

Hann óttaðist að enginn maður gæti verið húsbóndi hans lengur en í stuttan tíma.

Temeva che John Thornton sarebbe scomparso come Perrault e François.

Hann óttaðist að John Thornton myndi hverfa eins og Perrault og François.

Anche di notte, la paura di perderlo tormentava il sonno agitato di Buck.

Jafnvel á nóttunni ásótti óttinn við að missa hann órólegan svefn Bucks.

Quando Buck si svegliò, si trascinò fuori al freddo e andò nella tenda.

Þegar Buck vaknaði, læddist hann út í kuldann og gekk að tjaldinu.

Ascoltò attentamente il leggero suono del suo respiro interiore.

Hann hlustaði vandlega eftir mjúkum andardrátt inni í sér.

Nonostante il profondo amore di Buck per John Thornton, la natura selvaggia sopravvisse.

Þrátt fyrir djúpa ást Bucks á John Thornton, lifði villidýrin af.

Quell'istinto primitivo, risvegliatosi nel Nord, non scomparve.

Þessi frumstæða eðlishvöt, sem vaknaði í norðri, hvarf ekki.

L'amore portava devozione, lealtà e il caldo legame attorno al fuoco.

Ástin færði hollustu, tryggð og hlýju bandi arinsins.

Ma Buck mantenne anche i suoi istinti selvaggi, acuti e sempre all'erta.

En Buck hélt líka villtum eðlishvötum sínum, skörpum og alltaf vakandi.

Non era solo un animale domestico addomesticato proveniente dalle dolci terre della civiltà.

Hann var ekki bara tamt gæludýr frá mjúkum löndum siðmenningarinnar.

Buck era un essere selvaggio che si era seduto accanto al fuoco di Thornton.

Buck var villidýr sem hafði komið inn til að sitja við eldinn hjá Thornton.

Sembrava un cane del Southland, ma in lui albergava la natura selvaggia.

Hann leit út eins og Suðurlandshundur, en villimennska bjó í honum.

Il suo amore per Thornton era troppo grande per permettersi un furto da parte di quell'uomo.

Ást hans á Thornton var of mikil til að leyfa þjófnað frá manninum.

Ma in qualsiasi altro campo ruberebbe con audacia e senza esitazione.

En í hvaða öðrum herbúðum sem er myndi hann stela djarflega og án þess að hika.

Era così abile nel rubare che nessuno riusciva a catturarlo o accusarlo.

Hann var svo klár í að stela að enginn gat náð honum né ásakað hann.

Il suo viso e il suo corpo erano coperti di cicatrici dovute a molti combattimenti passati.

Andlit hans og líkami voru þakin örum eftir mörg fyrri bardaga.

Buck continuava a combattere con ferocia, ma ora lo faceva con maggiore astuzia.

Buck barðist enn af hörku, en nú barðist hann af meiri lævísi.

Skeet e Nig erano troppo docili per combattere, ed erano di Thornton.

Skeet og Nig voru of blíðir til að berjast, og þeir voru Thorntons.

Ma qualsiasi cane estraneo, non importa quanto forte o coraggioso, cedeva.

En hver sá ókunnugi hundur, sama hversu sterkur eða hugrakkur hann var, gafst upp.

Altrimenti, il cane si ritrovò a combattere contro Buck, lottando per la propria vita.

Annars endaði hundurinn á því að berjast við Buck; berjast fyrir lífi sínu.

Buck non ebbe pietà quando decise di combattere contro un altro cane.

Buck sýndi enga miskunn þegar hann valdi að berjast við annan hund.

Aveva imparato bene la legge del bastone e della zanna nel Nord.

Hann hafði lært vel lögmál kylfu og vígtennta á Norðurlandi.

Non ha mai rinunciato a un vantaggio e non si è mai tirato indietro dalla battaglia.

Hann lét aldrei af forskoti og bakkaði aldrei úr bardaga.

Aveva studiato Spitz e i cani più feroci della polizia e della posta.

Hann hafði rannsakað Spitz-hunda og grimmustu póst- og lögregluhunda.

Sapeva chiaramente che non esisteva via di mezzo in un combattimento selvaggio.

Hann vissi greinilega að enginn millivegur væri til í villtum bardögum.

Doveva governare o essere governato; mostrare misericordia significava mostrare debolezza.

Hann verður að stjórna eða láta stjórnast; að sýna miskunn þýddi að sýna veikleika.

La pietà era sconosciuta nel mondo crudo e brutale della sopravvivenza.

Miskunn var óþekkt í hráum og grimmilegum heimi lifunarinnar.

Mostrare pietà era visto come un atto di paura, e la paura conduceva rapidamente alla morte.

Að sýna miskunn var litið á sem ótta, og ótti leiddi fljótt til dauða.

La vecchia legge era semplice: uccidere o essere uccisi, mangiare o essere mangiati.

Gamla lögmálið var einfalt: drepa eða verða drepinn, borða eða verða étinn.

Quella legge proveniva dalle profondità del tempo e Buck la seguì alla lettera.

Þessi lögmál kom úr djúpi tímans og Buck fylgdi því til hlítar.

Buck era più vecchio dei suoi anni e del numero dei suoi respiri.

Buck var eldri en aldur hans og fjöldi andardrátta sem hann dró.

Collegava in modo chiaro il passato remoto con il momento presente.

Hann tengdi fortíðina greinilega við nútímann.

I ritmi profondi dei secoli si muovevano attraverso di lui come le maree.

Djúpir taktar aldanna hreyfðust í gegnum hann eins og sjávarföll.

Il tempo pulsava nel suo sangue con la stessa sicurezza con cui le stagioni muovevano la terra.

Tíminn pulsaði í blóði hans eins örugglega og árstíðirnar færðu jörðina til hreyfingar.

Sedeva accanto al fuoco di Thornton, con il petto forte e le zanne bianche.

Hann sat við eldinn hjá Thornton, með sterkar bringur og hvítar vígtennur.

La sua lunga pelliccia ondeggiava, ma dietro di lui lo osservavano gli spiriti dei cani selvatici.

Langi feldurinn hans veifaði, en fyrir aftan hann fylgdust andar villihunda með.

Lupi mezzi e lupi veri si agitavano nel suo cuore e nei suoi sensi.

Hálfur úlfar og heilir úlfar hrærðust í hjarta hans og skilningarvitum.

Assaggiarono la sua carne e bevvero la stessa acqua che bevve lui.

Þau smökkuðu kjötið hans og drukku sama vatnið og hann.

Annusarono il vento insieme a lui e ascoltarono la foresta.

Þau þefuðu af vindinum við hlið hans og hlustuðu á skógarsuðinn.

Sussurravano il significato dei suoni selvaggi nell'oscurità.

Þau hvísluðu merkingu villihljóðanna í myrkrinu.

Modellavano il suo umore e guidavano ciascuna delle sue reazioni silenziose.

Þau mótuðu skap hans og stýrðu öllum hans hljóðlátu viðbrögðum.

Giacevano accanto a lui mentre dormiva e diventavano parte dei suoi sogni profondi.

Þau lágu hjá honum á meðan hann svaf og urðu hluti af djúpum draumum hans.

Sognavano con lui, oltre lui, e costituivano il suo stesso spirito.

Þau dreymdu með honum, handan hans, og mynduðu sjálfan anda hans.

Gli spiriti della natura selvaggia chiamavano con tanta forza che Buck si sentì attratto.

Andar villidýranna kölluðu svo sterkt að Buck fann til togunar.

Ogni giorno che passava, l'umanità e le sue rivendicazioni si indebolivano nel cuore di Buck.

Með hverjum deginum veiktist mannkynið og kröfur þess í hjarta Bucks.

Nel profondo della foresta si stava per udire un richiamo strano ed emozionante.

Djúpt inni í skóginum var undarlegt og spennandi kall að heyrast.

Ogni volta che sentiva la chiamata, Buck provava un impulso a cui non riusciva a resistere.

Í hvert skipti sem Buck heyrði kallið fann hann óstöðvandi löngun.

Avrebbe voltato le spalle al fuoco e ai sentieri battuti dagli uomini.

Hann ætlaði að snúa sér frá eldinum og frá troðnum slóðum manna.

Stava per addentrarsi nella foresta, avanzando senza sapere il perché.

Hann ætlaði að steypa sér inn í skóginn, halda áfram án þess að vita hvers vegna.

Non mise in discussione questa attrazione, perché la chiamata era profonda e potente.

Hann efaðist ekki um þetta aðdráttarafl, því kallið var djúpt og kröftugt.

Spesso raggiungeva l'ombra verde e la terra morbida e intatta

Oft náði hann í græna skuggann og mjúka, ósnortna jörðina

Ma poi il forte amore per John Thornton lo riportò al fuoco.

En þá dró sterk ást á John Thornton hann aftur að eldinum.

Soltanto John Thornton riuscì davvero a tenere stretto il cuore selvaggio di Buck.

Aðeins John Thornton hélt í raun og veru villta hjarta Bucks í faðmi sér.

Per Buck il resto dell'umanità non aveva alcun valore o significato duraturo.

Restin af mannkyninu hafði ekkert varanlegt gildi eða merkingu fyrir Buck.

Gli sconosciuti potrebbero lodarlo o accarezzargli la pelliccia con mani amichevoli.

Ókunnugir gætu hrósað honum eða strjúkt feldinn hans með vinalegum höndum.

Buck rimase impassibile e se ne andò per eccesso di affetto.

Buck var óhrærður og gekk í burtu vegna of mikillar ástúðar.

Hans e Pete arrivarono con la zattera che era stata attesa a lungo

Hans og Pétur komu með flekann sem lengi hafði verið beðið eftir

Buck li ignorò finché non venne a sapere che erano vicini a Thornton.

Buck hunsaði þau þar til hann komst að því að þau voru nálægt Thornton.

Da allora in poi li tollerò, ma non dimostrò mai loro tutto il suo calore.

Eftir það þoldi hann þau en sýndi þeim aldrei fulla hlýju.

Accettava da loro cibo o gentilezza come se volesse fare loro un favore.

Hann þáði mat eða góðvild frá þeim eins og hann væri að gera þeim greiða.

Erano come Thornton: semplici, onesti e lucidi nei pensieri.

Þau voru eins og Thornton — einföld, heiðarleg og skýr í hugsun.

Tutti insieme viaggiarono verso la segheria di Dawson e il grande vortice

Öll saman ferðuðust þau til sagverks Dawsons og hins mikla hvirfils.

Nel corso del loro viaggio impararono a comprendere profondamente la natura di Buck.

Á ferðalagi sínu lærðu þau að skilja eðli Bucks til fulls.

Non cercarono di avvicinarsi come avevano fatto Skeet e Nig.

Þau reyndu ekki að verða náin eins og Skeet og Nig höfðu gert.

Ma l'amore di Buck per John Thornton non fece che aumentare con il tempo.

En ást Bucks á John Thornton jókst aðeins með tímanum.
Solo Thornton poteva mettere uno zaino sulla schiena di Buck durante l'estate.
Aðeins Thornton gat sett bakpoka á bak Bucks í sumar.
Buck era disposto a eseguire senza riserve qualsiasi ordine impartito da Thornton.
Buck var tilbúinn að gera hvað sem Thornton bauð honum að gera.
Un giorno, dopo aver lasciato Dawson per le sorgenti del Tanana,
Dag einn, eftir að þau lögðu af stað frá Dawson og áttu leið að upptökum Tanana-árinnar,
il gruppo era seduto su una rupe che scendeva per un metro fino a raggiungere la nuda roccia.
Hópurinn sat á kletti sem féll þrjá feta niður á beran berggrunn.
John Thornton si sedette vicino al bordo e Buck si riposò accanto a lui.
John Thornton sat nálægt brúninni og Buck hvíldi sig við hlið hans.
Thornton ebbe un'idea improvvisa e richiamò l'attenzione degli uomini.
Thornton fékk skyndilega hugsun og vakti athygli mannanna.
Indicò l'altro lato del baratro e diede a Buck un unico comando.
Hann benti yfir gjána og gaf Buck eina skipun.
"Salta, Buck!" disse, allungando il braccio oltre il precipizio.
„Hoppaðu, Buck!" sagði hann og sveiflaði hendinni yfir dropann.
Un attimo dopo dovette afferrare Buck, che stava saltando per obbedire.
Á augabragði varð hann að grípa í Buck, sem stökk til að hlýða.
Hans e Pete si precipitarono in avanti e tirarono entrambi indietro per metterli in salvo.
Hans og Pétur hlupu fram og drógu báða aftur í öruggt skjól.

Dopo che tutto fu finito e che ebbero ripreso fiato, Pete prese la parola.

Eftir að öllu var lokið og þau höfðu náð andanum, tók Pétur til máls.

«È un amore straordinario», disse, scosso dalla feroce devozione del cane.

„Ástin er óhugnanleg," sagði hann, skelfdur af brennandi hollustu hundsins.

Thornton scosse la testa e rispose con calma e serietà.

Thornton hristi höfuðið og svaraði með rólegri alvöru.

«No, l'amore è splendido», disse, «ma anche terribile».

„Nei, ástin er dásamleg," sagði hann, „en líka hræðileg."

"A volte, devo ammetterlo, questo tipo di amore mi fa paura."

„Stundum verð ég að viðurkenna að þessi tegund ástar gerir mig hræddan."

Pete annuì e disse: "Mi dispiacerebbe tanto essere l'uomo che ti tocca".

Pétur kinkaði kolli og sagði: „Mig langar ekki til að vera maðurinn sem snertir þig."

Mentre parlava, guardava Buck con aria seria e piena di rispetto.

Hann horfði á Buck meðan hann talaði, alvarlegur og fullur virðingar.

"Py Jingo!" esclamò Hans in fretta. "Neanch'io, no signore."

„Py Jingo!" sagði Hans fljótt. „Ég heldur ekki, herra minn."

Prima che finisse l'anno, i timori di Pete si avverarono a Circle City.

Áður en árið lauk rættist ótti Pete í Circle City.

Un uomo crudele di nome Black Burton attaccò una rissa nel bar.

Grimmur maður að nafni Black Burton hóf slagsmál á barnum.

Era arrabbiato e cattivo, e si scagliava contro un novellino.

Hann var reiður og illgjarn og réðst á nýjan, viðkvæman mann.

John Thornton intervenne, calmo e bonario come sempre.

John Thornton kom inn í myndina, rólegur og góðlyndur eins og alltaf.

Buck giaceva in un angolo, con la testa bassa, e osservava Thornton attentamente.

Buck lá í horni, með höfuðið niðurbeygt, og fylgdist grannt með Thornton.

Burton colpì all'improvviso e il suo pugno fece girare Thornton.

Burton sló skyndilega til og hnefahöggið hans olli því að Thornton varð órólegur.

Solo la ringhiera della sbarra gli impedì di cadere violentemente a terra.

Aðeins handriðið á stönginni kom í veg fyrir að hann féll harkalega til jarðar.

Gli osservatori hanno sentito un suono che non era un abbaio o un guaito

Áhorfendurnir heyrðu hljóð sem var ekki gelt eða æp

Buck emise un profondo ruggito mentre si lanciava verso l'uomo.

Djúpt öskur heyrðist frá Buck er hann þaut í átt að manninum.

Burton alzò il braccio e per poco non si salvò la vita.

Burton kastaði hendinni upp og bjargaði naumlega lífi sínu.

Buck si schiantò contro di lui, facendolo cadere a terra.

Buck rakst á hann og sló hann flatan á gólfið.

Buck gli diede un morso profondo al braccio, poi si lanciò alla gola.

Buck beit djúpt í handlegg mannsins og réðst síðan á hálsinn.

Burton riuscì a parare solo in parte e il suo collo fu squarciato.

Burton gat aðeins að hluta til varið boltann og hálsinn á honum rifnaði upp.

Gli uomini si precipitarono dentro, brandendo i manganelli e allontanarono Buck dall'uomo sanguinante.

Menn þustu inn, lyftu kylfunum og ráku Buck af blóðuga manninum.

Un chirurgo ha lavorato rapidamente per impedire che il sangue fuoriuscisse.

Skurðlæknir vann hratt að því að stöðva blóðflæðið.

Buck camminava avanti e indietro ringhiando, tentando di attaccare ancora e ancora.

Buck gekk fram og til baka og urraði, reyndi að ráðast á aftur og aftur.

Soltanto i bastoni oscillanti gli impedirono di raggiungere Burton.

Aðeins sveiflukylfur komu í veg fyrir að hann næði Burton.

Proprio lì, sul posto, venne convocata una riunione dei minatori.

Fundur námumanna var boðaður og haldinn á staðnum.

Concordarono sul fatto che Buck era stato provocato e votarono per liberarlo.

Þau voru sammála um að Buck hefði verið ögraður og kusu að láta hann lausan.

Ma il nome feroce di Buck risuonava ormai in ogni accampamento dell'Alaska.

En heiftarlegt nafn Bucks ómaði nú í öllum búðum Alaska.

Più tardi, quello stesso autunno, Buck salvò Thornton di nuovo in un modo nuovo.

Seinna um haustið bjargaði Buck Thornton aftur á nýjan hátt.

I tre uomini stavano guidando una lunga barca lungo delle rapide impetuose.

Mennirnir þrír voru að stýra löngum bát niður erfiðar flúðir.

Thornton manovrava la barca, gridando indicazioni per raggiungere la riva.

Thornton stýrði bátnum og kallaði til leiðbeiningar að strandlínunni.

Hans e Pete correvano sulla terraferma, tenendo una corda da un albero all'altro.

Hans og Pétur hlupu á landi og héldu í reipi frá tré til trés.

Buck procedeva a passo d'uomo sulla riva, tenendo sempre d'occhio il suo padrone.

Buck hélt hraðann við bakkann og vakti alltaf yfir húsbónda sínum.

In un punto pericoloso, delle rocce sporgevano dall'acqua veloce.

Á einum óþægilegum stað stóðu steinar út undan hraða vatninu.

Hans lasciò andare la cima e Thornton tirò la barca verso la larghezza.

Hans sleppti reipinu og Thornton stýrði bátnum breitt.

Hans corse a percorrerla di nuovo, superando le pericolose rocce.

Hans hljóp til að ná bátnum aftur fram hjá hættulegu klettunum.

La barca superò la sporgenza ma trovò una corrente più forte.

Báturinn fór yfir brúnina en rakst á sterkari hluta straumsins.

Hans afferrò la cima troppo velocemente e fece perdere l'equilibrio alla barca.

Hans greip of hratt í reipið og dró bátinn úr jafnvægi.

La barca si capovolse e sbatté contro la riva, con la parte inferiore rivolta verso l'alto.

Báturinn hvolfdi og skall á bakkanum, með botninn upp.

Thornton venne scaraventato fuori e trascinato nella parte più selvaggia dell'acqua.

Thornton var kastað út og sópað út í villtasta hluta vatnsins.

Nessun nuotatore sarebbe sopravvissuto in quelle acque pericolose e pericolose.

Enginn sundmaður hefði getað lifað af í þessu banvæna, kapphlaupandi vatni.

Buck si lanciò all'istante e inseguì il suo padrone lungo il fiume.

Buck stökk þegar í stað inn og elti húsbónda sinn niður ána.

Dopo trecento metri finalmente raggiunse Thornton.

Eftir þrjú hundruð metra kom hann loksins til Thornton.

Thornton afferrò la coda di Buck, e Buck si diresse verso la riva.

Thornton greip í hala Bucks og Buck sneri sér að ströndinni.

Nuotò con tutte le sue forze, lottando contro la forte resistenza dell'acqua.

Hann synti af fullum krafti og barðist við villta dragið í vatninu.

Si spostarono verso valle più velocemente di quanto
riuscissero a raggiungere la riva.
Þau færðust hraðar niður á við en þau náðu að ströndinni.
Più avanti, il fiume ruggiva più forte, precipitando in rapide
mortali.
Framundan öskraði hin háværara er hún féll í banvænar flúðir.
Le rocce fendevano l'acqua come i denti di un enorme
pettine.
Klettar skáru sig í gegnum vatnið eins og tennur á risastórum
kambi.
La forza di attrazione dell'acqua nei pressi del dislivello era
selvaggia e ineluttabile.
Vatnstogið nálægt dropanum var grimmilegt og
óhjákvæmilegt.
Thornton sapeva che non sarebbero mai riusciti a
raggiungere la riva in tempo.
Thornton vissi að þeir gætu aldrei náð ströndinni í tæka tíð.
Raschiò una roccia, ne sbatté una seconda,
Hann skrapaði yfir einn stein, braut yfir annan,
Poi si schiantò contro una terza roccia, afferrandola con
entrambe le mani.
Og svo rakst hann á þriðja steininn og greip hann með báðum
höndum.
Lasciò andare Buck e urlò sopra il ruggito: "Vai, Buck! Vai!"
Hann sleppti Buck og hrópaði yfir öskurunum: „Farðu, Buck!
Farðu!"
Buck non riuscì a restare a galla e fu trascinato dalla
corrente.
Buck gat ekki haldið sér á floti og straumurinn rak hann niður.
Lottò con tutte le sue forze, cercando di girarsi, ma non fece
alcun progresso.
Hann barðist hart, reyndi að snúa við en náði engum árangri.
Poi sentì Thornton ripetere il comando sopra il fragore del
fiume.
Þá heyrði hann Thornton endurtaka skipunina yfir dynknum í
fljótinu.

Buck si impennò fuori dall'acqua e sollevò la testa come per dare un'ultima occhiata.

Buck reis upp úr vatninu og lyfti höfðinu eins og til að líta í síðasta sinn.

poi si voltò e obbedì, nuotando verso la riva con risolutezza.

sneri sér síðan við og hlýddi, synti ákveðinn í átt að bakkanum.

Pete e Hans lo tirarono a riva all'ultimo momento possibile.

Pétur og Hans drógu hann í land á síðustu mögulegu stundu.

Sapevano che Thornton avrebbe potuto aggrapparsi alla roccia solo per pochi minuti.

Þau vissu að Thornton gæti aðeins haldið fast við klettinn í nokkrar mínútur í viðbót.

Corsero su per la riva fino a un punto molto più in alto rispetto al punto in cui lui era appeso.

Þau hlupu upp bakkann að stað langt fyrir ofan þar sem hann hékk.

Legarono con cura la cima della barca al collo e alle spalle di Buck.

Þau bundu bátstöngina vandlega við háls og axlir Bucks.

La corda era stretta ma abbastanza larga da permettere di respirare e muoversi.

Reipið var þétt en nógu laust til að anda og hreyfa sig.

Poi lo gettarono di nuovo nel fiume impetuoso e mortale.

Þá köstuðu þeir honum aftur út í straumandi, banvæna ána.

Buck nuotò coraggiosamente ma non riuscì a prendere l'angolazione giusta per affrontare la forza della corrente.

Buck synti djarflega en missti af stefnu sinni inn í kraft straumsins.

Si accorse troppo tardi che stava per superare Thornton.

Hann sá of seint að hann myndi reka fram hjá Thornton.

Hans tirò forte la corda, come se Buck fosse una barca che si capovolge.

Hans kippti í reipið eins og Buck væri að hvolfa bát.

La corrente lo trascinò sott'acqua e lui scomparve sotto la superficie.

Straumurinn dró hann undir yfirborðið og hann hvarf.

Il suo corpo colpì la riva prima che Hans e Pete lo tirassero fuori.

Lík hans rakst á bankann áður en Hans og Pétur drógu hann upp.

Era mezzo annegato e gli tolsero l'acqua dal corpo.

Hann var hálfdrukknaður og þeir börðu vatnið úr honum.

Buck si alzò, barcollò e crollò di nuovo a terra.

Buck stóð upp, staulaðist og hrundi aftur til jarðar.

Poi udirono la voce di Thornton portata debolmente dal vento.

Þá heyrðu þau rödd Thorntons, dauflega borin af vindinum.

Sebbene le parole non fossero chiare, sapevano che era vicino alla morte.

Þótt orðin væru óljós vissu þau að hann var nærri dauðanum.

Il suono della voce di Thornton colpì Buck come una scossa elettrica.

Rödd Thorntons lenti í Buck eins og rafmagnsskot.

Saltò in piedi e corse su per la riva, tornando al punto di partenza.

Hann stökk upp og hljóp upp bakkann og aftur að uppsetningarstaðnum.

Legarono di nuovo la corda a Buck, e di nuovo lui entrò nel fiume.

Aftur bundu þeir reipið við Buck, og aftur fór hann ofan í lækinn.

Questa volta nuotò direttamente e con decisione nell'acqua impetuosa.

Að þessu sinni synti hann beint og ákveðið út í straumvatnið.

Hans lasciò scorrere la corda con regolarità, mentre Pete impediva che si aggrovigliasse.

Hans sleppti reipinu jafnt og þétt á meðan Pétur varði það frá því að flækjast.

Buck nuotò con forza finché non si trovò allineato appena sopra Thornton.

Buck synti af krafti þar til hann var kominn í rað rétt fyrir ofan Thornton.

Poi si voltò e si lanciò verso di lui come un treno a tutta velocità.

Svo sneri hann sér við og þaut niður eins og lest á fullum hraða.

Thornton lo vide arrivare, si preparò e gli abbracciò il collo.

Thornton sá hann koma, búinn að sér og faðmaði hann að sér.

Hans legò saldamente la corda attorno a un albero mentre entrambi venivano tirati sott'acqua.

Hans batt reipið fast utan um tré þegar báðir voru dregnir undir.

Caddero sott'acqua, schiantandosi contro rocce e detriti del fiume.

Þau hrundu undir yfirborðið og skullu á steinum og rusli úr ánni.

Un attimo prima Buck era in cima e un attimo dopo Thornton si alzava ansimando.

Eina stundina var Buck ofan á, þá næstu reis Thornton andstuttur.

Malconci e soffocati, si diressero verso la riva e si misero in salvo.

Barin og köfnuð beygðu þau að bakkanum og í öruggt skjól.

Thornton riprese conoscenza mentre era sdraiato su un tronco alla deriva.

Thornton komst til meðvitundar aftur, liggjandi yfir rekstokki.

Hans e Pete lavorarono duramente per riportarlo a respirare e a vivere.

Hans og Pétur lögðu hart að sér til að hann fengi aftur andann og lífið.

Il suo primo pensiero fu per Buck, che giaceva immobile e inerte.

Fyrsta hugsun hans var til Bucks, sem lá hreyfingarlaus og slappur.

Nig ululò sul corpo di Buck e Skeet gli leccò delicatamente il viso.

Nig öskraði yfir líkama Bucks og Skeet sleikti andlit hans blíðlega.

Thornton, dolorante e contuso, esaminò Buck con mano attenta.

Thornton, aumur og marinn, skoðaði Buck varlega með höndunum.

Ha trovato tre costole rotte, ma il cane non presentava ferite mortali.

Hann fann þrjú brotin rifbein en engin banvæn sár á hundinum.

"Questo è tutto", disse Thornton. "Ci accamperemo qui". E così fecero.

„Það er málið," sagði Thornton. „Við tjöldum hér." Og það gerðu þau.

Rimasero lì finché le costole di Buck non guarirono e lui poté di nuovo camminare.

Þau dvöldu þar til rifbein Bucks voru gróin og hann gat gengið aftur.

Quell'inverno Buck compì un'impresa che accrebbe ulteriormente la sua fama.

Þann vetur vann Buck afrek sem jók frægð hans enn frekar.

Fu un gesto meno eroico del salvataggio di Thornton, ma altrettanto impressionante.

Það var minna hetjulegt en að bjarga Thornton, en alveg jafn áhrifamikið.

A Dawson, i soci avevano bisogno di provviste per un viaggio lontano.

Í Dawson þurftu félagarnir vistir fyrir langferð.

Volevano viaggiare verso est, in terre selvagge e incontaminate.

Þau vildu ferðast austur, inn í ósnortnar óbyggðir.

Quel viaggio fu possibile grazie all'impresa compiuta da Buck nell'Eldorado Saloon.

Verknaður Bucks í Eldorado Saloon gerði þá ferð mögulega.

Tutto cominciò con degli uomini che si vantavano dei loro cani bevendo qualcosa.

Þetta byrjaði með því að menn stærðu sig af hundunum sínum yfir drykkjum.

La fama di Buck lo rese bersaglio di sfide e dubbi.

Frægð Bucks gerði hann að skotspónni áskorana og efasemda.

Thornton, fiero e calmo, rimase fermo nel difendere il nome di Buck.

Thornton, stoltur og rólegur, stóð staðfastur í að varða nafn Bucks.

Un uomo ha affermato che il suo cane riusciva a trainare facilmente duecentocinquanta chili.

Einn maður sagði að hundurinn hans gæti dregið fimm hundruð pund með auðveldum hætti.

Un altro disse seicento, e un terzo si vantò di settecento.

Annar sagði sex hundruð og sá þriðji stærði sig af sjö hundruð.

"Pfft!" disse John Thornton, "Buck può trainare una slitta da mille libbre."

„Pfft!" sagði John Thornton, „Buck getur dregið þúsund punda sleða."

Matthewson, un Bonanza King, si sporse in avanti e lo sfidò.

Matthewson, Bonanza-konungur, hallaði sér fram og ögraði honum.

"Pensi che possa spostare tutto quel peso?"

„Heldurðu að hann geti sett svona mikla þyngd í hreyfingu?"

"E pensi che riesca a sollevare il peso per cento metri?"

„Og þú heldur að hann geti dregið þungann heil hundrað metra?"

Thornton rispose freddamente: "Sì. Buck è abbastanza cane da farlo."

Thornton svaraði rólega: „Já. Buck er nógu hundfús til að gera það."

"Metterà in moto mille libbre e la tirerà per cento metri."

„Hann setur þúsund pund í gang og dregur það hundrað metra."

Matthewson sorrise lentamente e si assicurò che tutti gli uomini udissero le sue parole.

Matthewson brosti hægt og gætti þess að allir menn heyrðu orð hans.

"Ho mille dollari che dicono che non può. Eccoli."

„Ég er með þúsund dollara sem segja að hann geti það ekki.
Þarna eru þeir."

Sbatté sul bancone un sacco di polvere d'oro grande quanto una salsiccia.

Hann skellti poka af gulldufti á stærð við pylsu á barnum.

Nessuno disse una parola. Il silenzio si fece pesante e teso intorno a loro.

Enginn sagði orð. Þögnin varð þung og spennt í kringum þau.

Il bluff di Thornton, se mai lo fu, era stato preso sul serio.

Blekking Thorntons – ef hún var einföld – hafði verið tekin alvarlega.

Sentì il calore salirgli al viso mentre il sangue gli affluiva alle guance.

Hann fann hita stíga upp í andlitið á meðan blóð streymdi upp í kinnarnar á honum.

In quel momento la sua lingua aveva preceduto la ragione.

Tungan hans hafði farið á undan skynseminni á þeirri stundu.

Non sapeva davvero se Buck sarebbe riuscito a spostare mille libbre.

Hann vissi í raun og veru ekki hvort Buck gæti fært þúsund pund.

Mezza tonnellata! Solo la sua mole gli faceva sentire il cuore pesante.

Hálft tonn! Bara stærðin gerði hann þungan um hjartaræturnar.

Aveva fiducia nella forza di Buck e lo riteneva capace.

Hann hafði trú á styrk Bucks og taldi hann hæfan til þess.

Ma non aveva mai affrontato una sfida di questo tipo, non in questo modo.

En hann hafði aldrei staðið frammi fyrir þessari áskorun, ekki svona.

Una dozzina di uomini lo osservavano in silenzio, in attesa di vedere cosa avrebbe fatto.

Tólf menn horfðu þöglir á hann og biðu spenntir eftir að sjá hvað hann myndi gera.

Lui non aveva i soldi, e nemmeno Hans e Pete.

Hann hafði ekki peningana — hvorki Hans né Pétur.

"Ho una slitta fuori", disse Matthewson in modo freddo e diretto.

„Ég er með sleða úti," sagði Matthewson kalt og beint út.

"È carico di venti sacchi, da cinquanta libbre ciascuno, tutti di farina.

„Það er hlaðið tuttugu sekkjum, fimmtíu punda hver, allt úr hveiti."

Quindi non lasciare che la scomparsa della slitta diventi la tua scusa", ha aggiunto.

„Látið því ekki týndan sleða vera afsökun ykkar núna," bætti hann við.

Thornton rimase in silenzio. Non sapeva che parole dire.

Thornton stóð þögull. Hann vissi ekki hvaða orð hann ætti að segja.

Guardò i volti intorno a sé senza vederli chiaramente.

Hann leit í kringum sig á andlitin án þess að sjá þau greinilega.

Sembrava un uomo immerso nei suoi pensieri, che cercava di ripartire.

Hann leit út eins og maður fastur í hugsunum sínum, að reyna að byrja upp á nýtt.

Poi incontrò Jim O'Brien, un amico dei tempi dei Mastodon.

Þá sá hann Jim O'Brien, vin frá Mastodon-tímanum.

Quel volto familiare gli diede un coraggio che non sapeva di avere.

Þetta kunnuglega andlit gaf honum hugrekki sem hann vissi ekki að hann hafði.

Si voltò e chiese a bassa voce: "Puoi prestarmi mille dollari?"

Hann sneri sér við og spurði lágt: „Geturðu lánað mér þúsund?"

"Certo", disse O'Brien, lasciando cadere un pesante sacco vicino all'oro.

„Jú," sagði O'Brien og sleppti þungum poka þegar hann var kominn með gullið.

"Ma sinceramente, John, non credo che la bestia possa fare questo."

„En satt að segja, John, trúi ég ekki að skepnan geti gert þetta."

Tutti quelli presenti all'Eldorado Saloon si precipitarono fuori per assistere all'evento.

Allir í Eldorado Saloon þustu út til að sjá viðburðinn.

Lasciarono tavoli e bevande e perfino le partite furono sospese.

Þau skildu eftir borð og drykki og jafnvel leikjunum var hætt.

Croupier e giocatori accorsero per assistere alla conclusione di questa audace scommessa.

Gjafarar og fjárhættuspilarar komu til að vera vitni að lokum hins djarfa veðmáls.

Centinaia di persone si radunarono attorno alla slitta sulla strada ghiacciata.

Hundruð söfnuðust saman umhverfis sleðann á ísilögðu götunni.

La slitta di Matthewson era carica di un carico completo di sacchi di farina.

Sleði Matthewsons stóð þar fullur af hveitisekkjum.

La slitta era rimasta ferma per ore a temperature sotto lo zero.

Sleðinn hafði legið í klukkutíma í frosthörkum.

I pattini della slitta erano congelati e incollati alla neve compatta.

Leiðarar sleðans voru frosnir fastir við þjappaðan snjóinn.

Gli uomini scommettevano due a uno che Buck non sarebbe riuscito a spostare la slitta.

Mennirnir buðu upp á tvær líkur á að Buck gæti ekki hreyft sleðann.

Scoppiò una disputa su cosa significasse realmente "break out".

Deilur brutust út um hvað „brott út" í raun þýddi.

O'Brien ha affermato che Thornton dovrebbe allentare la base ghiacciata della slitta.

O'Brien sagði að Thornton ætti að losa frosið botn sleðans.

Buck potrebbe quindi "rompere" una partenza solida e immobile.

Buck gæti þá „brotist út" eftir traustan, hreyfingarlausan upphaf.

Matthewson sosteneva che anche il cane doveva liberare i corridori.

Matthewson hélt því fram að hundurinn yrði líka að losa hlauparana.

Gli uomini che avevano sentito la scommessa concordavano con Matthewson.

Mennirnir, sem höfðu heyrt veðmálið, voru sammála skoðun Matthewsons.

Con questa sentenza, le probabilità contro Buck salirono a tre a uno.

Með þeirri úrskurði jukust líkurnar á sigri Bucks í þrjá á móti einum.

Nessuno si fece avanti per accettare le crescenti quote di tre a uno.

Enginn steig fram til að taka á sig vaxandi þrefalda líkurnar.

Nessuno credeva che Buck potesse compiere la grande impresa.

Enginn maður trúði því að Buck gæti framkvæmt þetta mikla afrek.

Thornton era stato spinto a scommettere, pieno di dubbi.

Thornton hafði verið hraðað inn í veðmálið, þungur af efasemdum.

Ora guardava la slitta e la muta di dieci cani accanto ad essa.

Nú horfði hann á sleðann og tíu hunda liðið við hliðina á honum.

Vedere la realtà del compito lo faceva sembrare ancora più impossibile.

Að sjá raunveruleikann í verkefninu gerði það ómögulegra að sjá það.

In quel momento Matthewson era pieno di orgoglio e sicurezza.

Matthewson var fullur stolts og sjálfstrausts á þeirri stundu.

"Tre a uno!" urlò. "Ne scommetto altri mille, Thornton!

„Þrír á móti einum!" hrópaði hann. „Ég veðja þúsund í viðbót, Thornton!"

"Cosa dici?" aggiunse, abbastanza forte da farsi sentire da tutti.

„Hvað segirðu?" bætti hann við, nógu hátt til að allir heyrðu.

Il volto di Thornton esprimeva i suoi dubbi, ma il suo spirito era sollevato.

Efasemdir bárust í andliti Thorntons, en andi hans hafði risið.

Quello spirito combattivo ignorava le avversità e non temeva nulla.

Þessi baráttuandi hunsaði erfiðleika og óttaðist ekkert.

Chiamò Hans e Pete perché portassero tutti i loro soldi al tavolo.

Hann hringdi í Hans og Pétur til að koma með allan peninginn sinn á borðið.

Non gli era rimasto molto altro: solo duecento dollari in tutto.

Þau áttu lítið eftir — aðeins tvö hundruð dollara samanlagt.

Questa piccola somma costituiva la loro intera fortuna nei momenti difficili.

Þessi litla upphæð var heildarauður þeirra á erfiðum tímum.

Ciononostante puntarono tutta la loro fortuna contro la scommessa di Matthewson.

Samt lögðu þeir allan auðinn á móti veðmáli Matthewsons.

La muta composta da dieci cani venne sganciata e allontanata dalla slitta.

Tíu hunda liðið var losað og færði sig frá sleðanum.

Buck venne messo alle redini, indossando la sua consueta imbracatura.

Buck var settur í taumana, klæddur í kunnuglegt beisli sitt.

Aveva colto l'energia della folla e ne aveva percepito la tensione.

Hann hafði náð tökum á orku mannfjöldans og fundið fyrir spennunni.

In qualche modo sapeva che doveva fare qualcosa per John Thornton.

Einhvern veginn vissi hann að hann þurfti að gera eitthvað fyrir John Thornton.

La gente mormorava ammirata di fronte alla figura fiera del cane.

Fólk möglaði af aðdáun yfir stoltri mynd hundsins.

Era magro e forte, senza un solo grammo di carne in più.
Hann var grannur og sterkur, án nokkurs auka gramms af
holdi.
**Il suo peso di centocinquanta chili era sinonimo di potenza e
resistenza.**
Öll þyngd hans, hundrað og fimmtíu pund, var öll kraftur og
þol.
**Il mantello di Buck brillava come la seta, denso di salute e
forza.**
Feldur Bucks glitraði eins og silki, þykkur af heilsu og styrk.
**La pelliccia sul collo e sulle spalle sembrava sollevarsi e
drizzarsi.**
Feldurinn meðfram hálsi hans og öxlum virtist lyftast og fá
burst.
**La sua criniera si muoveva leggermente, ogni capello era
animato dalla sua grande energia.**
Fax hans hreyfðist lítillega, hvert hár lifandi af mikilli orku
hans.
**Il suo petto ampio e le sue gambe forti si sposavano bene
con la sua corporatura pesante e robusta.**
Breið bringa hans og sterkir fætur pössuðu við þungan og
harðan líkama hans.
**I muscoli si tesero sotto il cappotto, tesi e sodi come ferro
legato.**
Vöðvar ölduðust undir frakka hans, stífir og fastir eins og
bundið járn.
**Gli uomini lo toccavano e giuravano che era fatto come una
macchina d'acciaio.**
Menn snertu hann og sóru við því að hann væri byggður eins
og stálvél.
**Le probabilità contro il grande cane sono scese leggermente
a due a uno.**
Líkurnar lækkuðu lítillega, niður í tvo á móti einum gegn
þessum frábæra hundi.
Un uomo dei banchi di Skookum si fece avanti balbettando.
Maður frá Skookum-bekkjunum ýtti sér áfram, stamandi.

"Bene, signore! Offro ottocento per lui... prima della prova, signore!"

„Gott, herra! Ég býð átta hundruð fyrir hann — fyrir prófið, herra!"

"Ottocento, così com è adesso!" insistette l'uomo.

„Átta hundruð, eins og hann stendur núna!" hélt maðurinn áfram.

Thornton fece un passo avanti, sorrise e scosse la testa con calma.

Thornton steig fram, brosti og hristi höfuðið rólega.

Matthewson intervenne rapidamente con tono ammonitore e aggrottando la fronte.

Matthewson steig fljótt inn með viðvörunarrödd og gretti sig.

"Devi allontanarti da lui", disse. "Dagli spazio."

„Þú verður að stíga frá honum," sagði hann. „Gefðu honum svigrúm."

La folla tacque; solo i giocatori continuavano a offrire due a uno.

Mannfjöldinn þagnaði; aðeins spilamenn buðu enn upp á tvo á móti einum.

Tutti ammiravano la corporatura di Buck, ma il carico sembrava troppo pesante.

Allir dáðust að líkamsbyggingu Bucks, en byrðin virtist of þung.

Venti sacchi di farina, ciascuno del peso di cinquanta libbre, sembravano decisamente troppi.

Tuttugu sekkir af hveiti – hver um sig fimmtíu pund að þyngd – virtust alltof mikið.

Nessuno era disposto ad aprire la borsa e a rischiare i propri soldi.

Enginn var tilbúinn að opna pokann sinn og hætta peningunum sínum.

Thornton si inginocchiò accanto a Buck e gli prese la testa tra entrambe le mani.

Thornton kraup við hlið Bucks og tók um höfuð hans með báðum höndum.

Premette la guancia contro quella di Buck e gli parlò all'orecchio.

Hann þrýsti kinn sinni að kinn Bucks og talaði í eyrað á honum.

Non c'erano più né scossoni giocosi né insulti affettuosi sussurrati.

Nú var enginn leikur um hristing eða hvíslaðar ástúðlegar móðganir.

Mormorò solo dolcemente: "Quanto mi ami, Buck."

Hann muldraði aðeins lágt: „Þó að þú elskar mig, Buck."

Buck emise un gemito sommesso, trattenendo a stento la sua impazienza.

Buck kveinaði lágt, ákafi hans varla hemill.

Gli astanti osservavano con curiosità la tensione che aleggiava nell'aria.

Áhorfendurnir horfðu forvitnir á meðan spenna fyllti loftið.

Quel momento sembrava quasi irreale, qualcosa che trascendeva la ragione.

Augnablikið fannst mér næstum óraunverulegt, eins og eitthvað sem var handan skynsamlegt.

Quando Thornton si alzò, Buck gli prese delicatamente la mano tra le fauci.

Þegar Thornton stóð upp tók Buck varlega hönd hans í kjálkana.

Premette con i denti, poi lasciò andare lentamente e delicatamente.

Hann þrýsti niður með tönnunum og sleppti svo hægt og varlega.

Fu una risposta silenziosa d'amore, non detta, ma compresa.

Þetta var þögul kærleikssvar, ekki talað, heldur skilið.

Thornton si allontanò di molto dal cane e diede il segnale.

Thornton færði sig langt frá hundinum og gaf merki.

"Ora, Buck", disse, e Buck rispose con calma concentrata.

„Nú, Buck," sagði hann og Buck svaraði með einbeittri ró.

Buck tese le corde, poi le allentò di qualche centimetro.

Buck herti teinurnar og losaði þær síðan um nokkra sentimetra.

Questo era il metodo che aveva imparato; il suo modo per rompere la slitta.

Þetta var aðferðin sem hann hafði lært; hans leið til að brjóta sleðann.

"Caspita!" urlò Thornton, con voce acuta nel silenzio pesante.

„Vá!" hrópaði Thornton, röddin skörp í þögninni.

Buck si girò verso destra e si lanciò con tutto il suo peso.

Buck sneri sér til hægri og stökk fram af öllum sínum þunga.

Il gioco svanì e tutta la massa di Buck colpì le timonerie strette.

Slakinn hvarf og allur massi Bucks lenti á þröngu slóðunum.

La slitta tremò e i pattini produssero un suono secco e scoppiettante.

Sleðinn skalf og hlaupararnir gáfu frá sér skörp sprunguhljóð.

"Haw!" ordinò Thornton, cambiando di nuovo direzione a Buck.

„Ha!" skipaði Thornton og breytti stefnu Bucks aftur.

Buck ripeté la mossa, questa volta tirando bruscamente verso sinistra.

Buck endurtók hreyfinguna, að þessu sinni togaði hann skarpt til vinstri.

La slitta scricchiolava più forte, i pattini schioccavano e si spostavano.

Sleðinn brakaði hærra, hlaupin smellu og færðust til.

Il pesante carico scivolò leggermente di lato sulla neve ghiacciata.

Þunga farminn rann örlítið til hliðar yfir frosna snjóinn.

La slitta si era liberata dalla presa del sentiero ghiacciato!

Sleðinn hafði losnað úr taki ísþöktu slóðarinnar!

Gli uomini trattennero il respiro, inconsapevoli di non stare nemmeno respirando.

Mennirnir héldu niðri í sér andanum, án þess að vita að þeir væru ekki einu sinni að anda.

"Ora, TIRA!" gridò Thornton nel silenzio glaciale.

„Nú, TOGIÐ!" hrópaði Thornton yfir frosnu þögnina.

Il comando di Thornton risuonò netto, come lo schiocco di una frusta.

Skipun Thorntons ómaði skarpt, eins og svipuhögg.

Buck si lanciò in avanti con un affondo violento e violento.

Buck kastaði sér fram með hörkulegu og skelfilegu fráfalli.

Tutto il suo corpo si irrigidì e si contrasse sotto l'enorme sforzo.

Allur líkami hans spenntist og krampaðist vegna þessa mikla álags.

I muscoli si muovevano sotto la pelliccia come serpenti che prendevano vita.

Vöðvar ölduðust undir feldinum hans eins og höggormar sem lifnuðu við.

Il suo grande petto era basso e la testa era protesa in avanti verso la slitta.

Stóri bringan hans var lág, höfuðið teygt fram í átt að sleðanum.

Le sue zampe si muovevano come fulmini e gli artigli fendevano il terreno ghiacciato.

Löppurnar hans hreyfðust eins og elding, klærnar skáru frosna jörðina.

I solchi erano profondi mentre lottava per ogni centimetro di trazione.

Djúpar rásir voru höggnar í baráttunni um hvern einasta sentimetra af gripi.

La slitta ondeggiò, tremò e cominciò a muoversi lentamente e in modo inquieto.

Sleðinn vaggaði, skalf og hóf hæga, órólega hreyfingu.

Un piede scivolò e un uomo tra la folla gemette ad alta voce.

Annar fóturinn rann til og maður í mannfjöldanum kveinkaði upphátt.

Poi la slitta si lanciò in avanti con un movimento brusco e a scatti.

Þá kipptist sleðinn áfram með kippandi, hrjúfri hreyfingu.

Non si fermò più: mezzo pollice...un pollice...cinque pollici in più.

Það stoppaði ekki aftur — hálfur tomma ... tomma ... tveir tommur í viðbót.

Gli scossoni si fecero più lievi man mano che la slitta cominciava ad acquistare velocità.

Kippirnir urðu minni eftir því sem sleðinn fór að auka hraða.

Presto Buck cominciò a tirare con una potenza fluida e uniforme.

Fljótlega fór Buck að toga með mjúkum, jöfnum, rúllandi krafti.

Gli uomini sussultarono e finalmente si ricordarono di respirare di nuovo.

Mennirnir drógu andann djúpt og mundu loksins eftir að anda aftur.

Non si erano accorti che il loro respiro si era fermato per lo stupore.

Þau höfðu ekki tekið eftir því að andardráttur þeirra hafði stöðvast í lotningu.

Thornton gli corse dietro, gridando comandi brevi e allegri.

Thornton hljóp á eftir og kallaði stuttar, kátar skipanir.

Davanti a noi c'era una catasta di legna da ardere che segnava la distanza.

Framundan var stafli af eldiviði sem markaði fjarlægðina.

Mentre Buck si avvicinava al mucchio, gli applausi diventavano sempre più forti.

Þegar Buck nálgaðist hrúguna urðu fagnaðarópin háværari og háværari.

Gli applausi crebbero fino a diventare un boato quando Buck superò il traguardo.

Fagnaðarlætin urðu að dynk þegar Buck fór fram hjá endapunktinum.

Gli uomini saltarono e gridarono, perfino Matthewson sorrise.

Menn stukku og hrópuðu, jafnvel Matthewson brosti.

I cappelli volavano in aria e i guanti venivano lanciati senza pensarci o mirare.

Hattar flugu upp í loftið, vettlingar voru kastaðir án umhugsunar eða markmiðs.

Gli uomini si afferrarono e si strinsero la mano senza sapere chi.

Mennirnir gripu hvor annan og tóku í hendur án þess að vita hverjir.

Tutta la folla era in delirio, in un tripudio di gioia e di entusiasmo.

Allur mannfjöldinn söng í villtri, gleðilegri fagnaðarlæti.

Thornton cadde in ginocchio accanto a Buck con le mani tremanti.

Thornton féll á kné við hlið Bucks með skjálfandi höndum.

Premette la testa contro quella di Buck e lo scosse delicatamente avanti e indietro.

Hann þrýsti höfði sínu að höfði Bucks og hristi hann varlega fram og til baka.

Chi si avvicinava lo sentiva maledire il cane con amore silenzioso.

Þeir sem nálguðust heyrðu hann formæla hundinum með kyrrlátri ást.

Imprecò a lungo contro Buck, con dolcezza, calore, emozione.

Hann bölvaði Buck lengi — mjúklega, hlýlega og tilfinningaþrunginn.

"Bene, signore! Bene, signore!" esclamò di corsa il re della panchina di Skookum.

„Gott, herra! Gott, herra!" hrópaði Skookum-bekkjarkonungurinn í flýti.

"Le darò mille, anzi milleduecento, per quel cane, signore!"

„Ég gef þér þúsund – nei, tólf hundruð – fyrir þennan hund, herra!"

Thornton si alzò lentamente in piedi, con gli occhi brillanti di emozione.

Thornton reis hægt á fætur, augun hans ljómuðu af tilfinningu.

Le lacrime gli rigavano le guance senza alcuna vergogna.

Tárin runnu opinskátt niður kinnar hans án nokkurrar skammar.

"Signore", disse al re della panchina di Skookum, con fermezza e fermezza

„Herra," sagði hann við konunginn á Skookum-bekknum, stöðugur og ákveðinn.

"No, signore. Può andare all'inferno, signore. Questa è la mia risposta definitiva."

„Nei, herra. Þér getið farið til helvítis, herra. Þetta er mitt síðasta svar."

Buck afferrò delicatamente la mano di Thornton tra le sue forti mascelle.

Buck greip varlega í hönd Thorntons með sterkum kjálkum sínum.

Thornton lo scosse scherzosamente; il loro legame era più profondo che mai.

Thornton hristi hann í léttúð, tengsl þeirra voru djúp eins og alltaf.

La folla, commossa dal momento, fece un passo indietro in silenzio.

Mannfjöldinn, hrærður af augnablikinu, steig þegjandi til baka.

Da quel momento in poi nessuno osò più interrompere un affetto così sacro.

Þaðan í frá þorði enginn að trufla slíka helga ástúð.

Il suono della chiamata
Hljóð kallsins

Buck aveva guadagnato milleseicento dollari in cinque minuti.
Buck hafði grætt sextán hundruð dollara á fimm mínútum.
Il denaro permise a John Thornton di saldare alcuni dei suoi debiti.
Peningarnir gerðu John Thornton kleift að greiða niður hluta af skuldum sínum.
Con il resto del denaro si diresse verso est insieme ai suoi soci.
Með afganginn af peningunum hélt hann austur með félögum sínum.
Cercarono una leggendaria miniera perduta, antica quanto il paese stesso.
Þeir leituðu að goðsagnakenndri týndri námum, jafngamalli landinu sjálfu.
Molti uomini avevano cercato la miniera, ma pochi l'avevano trovata.
Margir menn höfðu leitað að námunni en fáir fundu hana.
Molti uomini erano scomparsi durante la pericolosa ricerca.
Fleiri en nokkrir menn höfðu horfið á meðan á hættulegri leit stóð.
Questa miniera perduta era avvolta nel mistero e nella vecchia tragedia.
Þessi týnda náma var bæði vafin leyndardómum og gamalli harmleik.
Nessuno sapeva chi fosse stato il primo uomo a scoprire la miniera.
Enginn vissi hver hafði verið fyrstur til að finna námuna.
Le storie più antiche non menzionano nessuno per nome.
Í elstu sögunum er enginn nefndur á nafn.
Lì c'era sempre stata una vecchia capanna fatiscente.
Þar hafði alltaf verið gamalt, hrörlegt kofi.
I moribondi avevano giurato che vicino a quella vecchia capanna ci fosse una miniera.

Deyjandi menn höfðu svarið að það væri náma við hliðina á
þessari gömlu kofa.

**Hanno dimostrato le loro storie con un oro che non ha eguali
altrove.**

Þeir sönnuðu sögur sínar með gulli sem ekkert finnst annars
staðar.

**Nessuna anima viva aveva mai saccheggiato il tesoro da quel
luogo.**

Engin lifandi sál hafði nokkurn tímann rænt fjársjóðnum
þaðan.

I morti erano morti e i morti non raccontano storie.

Hinir dánu voru dauðir, og dauðir menn segja engar sögur.

Così Thornton e i suoi amici si diressero verso Est.

Svo héldu Thornton og vinir hans austur á bóginn.

**Si unirono a noi Pete e Hans, portando con sé Buck e sei cani
robusti.**

Pétur og Hans slógu í för, ásamt Buck og sex sterkum
hundum.

**Si avviarono lungo un sentiero sconosciuto dove altri
avevano fallito.**

Þau lögðu af stað óþekkta slóð þar sem öðrum hafði mistekist.

**Percorsero in slitta settanta miglia lungo il fiume Yukon
ghiacciato.**

Þau óku sjötíu mílur upp frosna Yukon-fljótið.

Girarono a sinistra e seguirono il sentiero verso lo Stewart.

Þau beygðu til vinstri og fylgdu slóðinni inn í Stewart-ána.

Superarono il Mayo e il McQuestion e proseguirono oltre.

Þau héldu fram hjá Mayo og McQuestion og héldu lengra
áfram.

**Lo Stewart si restringeva fino a diventare un ruscello,
infilandosi tra cime frastagliate.**

Stewart-áin minnkaði í læk, sem lá eftir hvössum tindum.

**Queste vette aguzze rappresentavano la spina dorsale del
continente.**

Þessir hvassu tindar markaði sjálfan hrygg álfunnar.

**John Thornton pretendeva poco dagli uomini e dalla terra
selvaggia.**

John Thornton krafðist lítils af mönnum eða óbyggðum.

Non temeva nulla della natura e affrontava la natura selvaggia con disinvoltura.

Hann óttaðist ekkert í náttúrunni og tókst á við óbyggðirnar af léttleika.

Con solo del sale e un fucile poteva viaggiare dove voleva.

Með aðeins salti og riffli gat hann ferðast hvert sem hann vildi.

Come gli indigeni, durante il viaggio cacciava per procurarsi il cibo.

Eins og innfæddir veiddi hann mat á ferðalögum sínum.

Se non prendeva nulla, continuava ad andare avanti, confidando nella fortuna che lo attendeva.

Ef hann fékk ekkert, hélt hann áfram og treysti á heppnina.

Durante questo lungo viaggio, la carne era l'alimento principale di cui si nutrivano.

Í þessari löngu ferð var kjöt aðalátið þeirra.

La slitta trasportava attrezzi e munizioni, ma non c'era un orario preciso.

Sleðinn var með verkfæri og skotfæri, en engin ströng tímaáætlun.

Buck amava questo vagabondare, la caccia e la pesca senza fine.

Buck elskaði þessa flakk; endalausu veiðarnar og fiskveiðarnar.

Per settimane viaggiarono senza sosta, giorno dopo giorno.

Í vikur voru þau á ferð, dag eftir dag.

Altre volte si accampavano e restavano fermi per settimane.

Öðrum sinnum settu þeir upp tjaldbúðir og dvöldu kyrr í margar vikur.

I cani riposarono mentre gli uomini scavavano nel terreno ghiacciato.

Hundarnir hvíldu sig á meðan mennirnir grófu í gegnum frosna mold.

Scaldavano le padelle sul fuoco e cercavano l'oro nascosto.

Þau hituðu pönnur yfir eldum og leituðu að földu gulli.

C'erano giorni in cui pativano la fame, altri in cui banchettavano.

Suma daga sveltu þau og aðra daga héldu þau veislur.

Il loro pasto dipendeva dalla selvaggina e dalla fortuna della caccia.

Matur þeirra var háður veiðinni og heppni veiðarinnar.

Con l'arrivo dell'estate, uomini e cani caricavano carichi sulle spalle.

Þegar sumarið kom báru menn og hundar farmi á bakinu.

Fecero rafting sui laghi azzurri nascosti nelle foreste di montagna.

Þau sigldu yfir blá vötn sem voru falin í fjallaskógum.

Navigavano su imbarcazioni sottili su fiumi che nessun uomo aveva mai mappato.

Þeir sigldu mjóum bátum á ám sem enginn maður hafði nokkurn tímann kortlagt.

Quelle barche venivano costruite con gli alberi che avevano segato in natura.

Þessir bátar voru smíðaðir úr trjám sem þeir saguðu í náttúrunni.

Passarono i mesi e loro viaggiarono attraverso terre selvagge e sconosciute.

Mánuðirnir liðu og þeir þyrptust um óbyggð óþekkt lönd.

Non c'erano uomini lì, ma vecchie tracce lasciavano intendere che alcuni di loro fossero presenti.

Þar voru engir menn, en gömul ummerki bentu til þess að menn hefðu verið þar.

Se la Capanna Perduta fosse esistita davvero, allora altre persone in passato erano passate da lì.

Ef Týnda kofann var raunveruleg, þá höfðu aðrir einu sinni komið þessa leið.

Attraversavano passi alti durante le bufere di neve, anche d'estate.

Þeir fóru yfir há slóðir í snjóbyljum, jafnvel á sumrin.

Rabbrividivano sotto il sole di mezzanotte sui pendii brulli delle montagne.

Þau skjálfuðu undir miðnætursólinni á berum fjallshlíðunum.

Tra il limite degli alberi e i campi di neve, salivano lentamente.

Milli trjálínunnar og snjóbreiðanna klifruðu þau hægt.

Nelle valli calde, scacciavano nuvole di moscerini e mosche.

Í hlýjum dölum börðu þeir á ský af mýi og flugum.

Raccolsero bacche dolci vicino ai ghiacciai nel pieno della fioritura estiva.

Þau tíndu sæt ber nálægt jöklum í fullum sumarblóma.

I fiori che trovarono erano belli quanto quelli del Southland.

Blómin sem þau fundu voru jafn falleg og þau sem eru á Suðurlandi.

Quell'autunno giunsero in una regione solitaria piena di laghi silenziosi.

Um haustið komust þau að einmanalegu svæði fullu af kyrrlátum vötnum.

La terra era triste e vuota, un tempo brulicava di uccelli e animali.

Landið var dapurlegt og tómt, eitt sinn fullt af fuglum og dýrum.

Ora non c'era più vita, solo il vento e il ghiaccio che si formava nelle pozze.

Nú var ekkert líf, bara vindurinn og ísinn sem myndaðist í pollum.

Le onde lambivano le rive deserte con un suono dolce e lugubre.

Bylgjur skullu á tómum ströndum með mjúkum, dapurlegum hljóði.

Arrivò un altro inverno e loro seguirono di nuovo deboli e vecchi sentieri.

Annar vetur kom og þau fylgdu aftur óljósum, gömlum slóðum.

Erano le tracce di uomini che avevano cercato molto prima di loro.

Þetta voru slóðir manna sem höfðu leitað löngu á undan þeim.

Una volta trovarono un sentiero che si inoltrava nel profondo della foresta oscura.

Einu sinni fundu þau slóð sem var höggvin djúpt inn í dimman skóg.

Era un vecchio sentiero e sentivano che la baita perduta era vicina.

Þetta var gömul slóð og þeim fannst týnda kofann vera nálægt.

Ma il sentiero non portava da nessuna parte e si perdeva nel fitto del bosco.

En slóðin lá hvergi og hvarf inn í þéttan skóg.

Nessuno sapeva chi avesse tracciato il sentiero e perché lo avesse fatto.

Hver sem gerði slóðina, og hvers vegna, vissi enginn.

Più tardi trovarono i resti di una capanna nascosta tra gli alberi.

Seinna fundu þeir flak af skála falið meðal trjánna.

Coperte marce erano sparse dove un tempo qualcuno aveva dormito.

Rotnandi teppi lágu dreifð þar sem einhver hafði eitt sinn sofið.

John Thornton trovò sepolto all'interno un fucile a pietra focaia a canna lunga.

John Thornton fann flintlás með löngu hlaupi grafinn inni í honum.

Sapeva fin dai primi tempi che si trattava di un cannone della Hudson Bay.

Hann vissi að þetta var fallbyssa frá Hudsonflóa frá fyrstu viðskiptadögum.

A quei tempi, tali armi venivano barattate con pile di pelli di castoro.

Á þeim tíma voru slíkar byssur skipt fyrir stafla af beverskinnum.

Questo era tutto: non rimaneva alcuna traccia dell'uomo che aveva costruito la loggia.

Þetta var allt og sumt — engin vísbending var eftir um manninn sem byggði skálann.

Arrivò di nuovo la primavera e non trovarono traccia della Capanna Perduta.

Vorið kom aftur og þau fundu engin merki um Týnda kofann.

Invece trovarono un'ampia valle con un ruscello poco profondo.

Í staðinn fundu þeir breiðan dal með grunnum læk.

L'oro si stendeva sul fondo della pentola come burro giallo e liscio.

Gull lá á botninum á pönnunni eins og slétt, gult smjör.

Si fermarono lì e non cercarono oltre la cabina.

Þar námu þau staðar og leituðu ekki lengra að kofanum.

Ogni giorno lavoravano e ne trovavano migliaia di pezzi in polvere d'oro.

Á hverjum degi unnu þau og fundu þúsundir í gulldufti.

Confezionarono l'oro in sacchi di pelle di alce, da cinquanta libbre ciascuno.

Þeir pökkuðu gullinu í poka úr elgshúð, fimmtíu pund hver.

I sacchi erano accatastati come legna da ardere fuori dal loro piccolo rifugio.

Pokarnir voru staflaðir eins og eldiviður fyrir utan litla kofann þeirra.

Lavoravano come giganti e i giorni trascorrevano veloci come sogni.

Þau unnu eins og risar og dagarnir liðu eins og fljótir draumar.

Accumularono tesori mentre gli infiniti giorni trascorrevano rapidamente.

Þau söfnuðu fjársjóðum á meðan endalausir dagar liðu hratt hjá.

I cani avevano ben poco da fare, se non trasportare la carne di tanto in tanto.

Hundarnir höfðu lítið að gera nema að draga kjöt af og til.

Thornton cacciò e uccise la selvaggina, mentre Buck si sdraiò accanto al fuoco.

Thornton veiddi og drap villibráðina, og Buck lá við eldinn.

Trascorse lunghe ore in silenzio, perso nei pensieri e nei ricordi.

Hann eyddi löngum stundum í þögn, sokkinn í hugsanir og minningar.

L'immagine dell'uomo peloso tornava sempre più spesso alla mente di Buck.

Myndin af loðna manninum kom oftar upp í huga Bucks.

Ora che il lavoro scarseggiava, Buck sognava mentre sbatteva le palpebre verso il fuoco.

Nú þegar vinnan var af skornum skammti, dreymdi Buck á meðan hann blikkaði augunum við eldinn.

In quei sogni, Buck vagava con l'uomo in un altro mondo.

Í þessum draumum reikaði Buck með manninum um annan heim.

La paura sembrava il sentimento più forte in quel mondo lontano.

Ótti virtist sterkasta tilfinningin í þeim fjarlæga heimi.

Buck vide l'uomo peloso dormire con la testa bassa.

Buck sá loðna manninn sofa með höfuðið niðurbeygt.

Aveva le mani giunte e il suo sonno era agitato e interrotto.

Hendur hans voru krepptar og svefninn var órólegur og truflaður.

Si svegliava di soprassalto e fissava il buio con timore.

Hann vaknaði vanur að kippast við og stara hræddur út í myrkrið.

Poi aggiungeva altra legna al fuoco per mantenere viva la fiamma.

Svo kastaði hann meiri við á eldinn til að halda loganum björtum.

A volte camminavano lungo una spiaggia in riva a un mare grigio e infinito.

Stundum gengu þau meðfram strönd við gráan, endalausan sjó.

L'uomo peloso raccolse i frutti di mare e li mangiò mentre camminava.

Loðni maðurinn tíndi skelfisk og át hann á göngu sinni.

I suoi occhi cercavano sempre pericoli nascosti nell'ombra.

Augu hans leituðu stöðugt að földum hættum í skuggunum.

Le sue gambe erano sempre pronte a scattare al primo segno di minaccia.

Fætur hans voru alltaf tilbúnir til að spretta við fyrstu ógnarmerki.

Avanzavano furtivamente nella foresta, silenziosi e cauti, uno accanto all'altro.

Þau læddust gegnum skóginn, þögul og varkár, hlið við hlið.

Buck lo seguì alle calcagna, ed entrambi rimasero all'erta.

Buck fylgdi á eftir honum og þeir voru báðir vakandi.

Le loro orecchie si muovevano e si contraevano, i loro nasi fiutavano l'aria.

Eyrun þeirra kipptust og hreyfðust, nef þeirra þefuðu út í loftið.

L'uomo riusciva a sentire e ad annusare la foresta in modo altrettanto acuto quanto Buck.

Maðurinn heyrði og lyktaði skógarins jafn skarpt og Buck.

L'uomo peloso si lanciò tra gli alberi a velocità improvvisa.

Loðni maðurinn sveiflaðist gegnum trén með skyndilegum hraða.

Saltava da un ramo all'altro senza mai perdere la presa.

Hann stökk af grein í grein og missti aldrei takið.

Si muoveva con la stessa rapidità con cui si muoveva sopra e sopra il terreno.

Hann hreyfði sig jafn hratt yfir jörðinni og hann gerði á henni.

Buck ricordava le lunghe notti passate sotto gli alberi a fare la guardia.

Buck minntist langra nætur undir trjánum, þar sem hann hélt vörð.

L'uomo dormiva appollaiato sui rami, aggrappandosi forte.

Maðurinn svaf í greinunum, klamraði sér fast um þau.

Questa visione dell'uomo peloso era strettamente legata al richiamo profondo.

Þessi sýn af loðna manninum var nátengd djúpu kallinu.

Il richiamo risuonava ancora nella foresta con una forza inquietante.

Kallið hljómaði enn um skóginn með ásæknum krafti.

La chiamata riempì Buck di desiderio e di un inquieto senso di gioia.

Símtalið fyllti Buck löngun og eirðarlausri gleði.

Sentì strani impulsi e stimoli a cui non riusciva a dare un nome.

Hann fann fyrir undarlegum löngunum og tilfinningum sem hann gat ekki nefnt.

A volte seguiva la chiamata inoltrandosi nel silenzio dei boschi.

Stundum fylgdi hann kallinu djúpt inn í kyrrláta skóginn.

Cercava il richiamo, abbaiando piano o bruscamente mentre camminava.

Hann leitaði að kölluninni, gelti lágt eða hvasst á leiðinni.

Annusò il muschio e il terreno nero dove cresceva l'erba.

Hann þefaði af mosanum og svörtu moldinni þar sem grasið óx.

Sbuffò di piacere sentendo i ricchi odori della terra profonda.

Hann fnösti af ánægju við ríkulega ilminn af djúpi jarðarinnar.

Rimase accovacciato per ore dietro i tronchi ricoperti di funghi.

Hann kraup í marga klukkutíma á bak við stofna sem voru þaktir sveppum.

Rimase immobile, ascoltando con gli occhi sgranati ogni minimo rumore.

Hann stóð grafkyrr og hlustaði með stórum augum á hvert einasta hljóð.

Forse sperava di sorprendere la cosa che aveva emesso la chiamata.

Hann kann að hafa vonast til að koma því sem kallaði á óvart.

Non sapeva perché si comportava in quel modo: lo faceva e basta.

Hann vissi ekki hvers vegna hann hagaði sér svona — hann einfaldlega gerði það.

Questi impulsi provenivano dal profondo, al di là del pensiero o della ragione.

Þráin kom djúpt að innan, handan við hugsun eða skynsemi.

Buck fu colto da impulsi irresistibili, senza preavviso o motivo.

Ómótstæðilegar hvatir greipu Buck án viðvörunar eða ástæðu.

A volte sonnecchiava pigramente nell'accampamento, sotto il caldo di mezzogiorno.

Stundum blundaði hann rólega í tjaldbúðunum í hádegishitanum.

All'improvviso sollevò la testa e le sue orecchie si drizzarono in allerta.

Skyndilega lyftist höfuðið og eyrun skjóta upp, vakandi.

Poi balzò in piedi e si lanciò nella natura selvaggia senza fermarsi.

Þá stökk hann á fætur og þaut út í óbyggðirnar án þess að stoppa.

Corse per ore attraverso sentieri forestali e spazi aperti.

Hann hljóp í marga klukkutíma um skógarstíga og opnar svæði.

Amava seguire i letti asciutti dei torrenti e spiare gli uccelli sugli alberi.

Hann elskaði að fylgja þurrum lækjarfarvegum og njósna um fugla í trjánum.

Poteva restare nascosto tutto il giorno, osservando le pernici che si pavoneggiavano in giro.

Hann gæti legið í felum allan daginn og horft á gröfturnar spóka sig um.

Suonavano i tamburi e marciavano, ignari della presenza immobile di Buck.

Þau trommuðu og gengu, ómeðvituð um nærveru Bucks.

Ma ciò che amava di più era correre al crepuscolo estivo.

En það sem hann elskaði mest var að hlaupa í rökkrinu á sumrin.

La luce fioca e i suoni assonnati della foresta lo riempivano di gioia.

Dauft ljós og syfjandi skógarhljóð fylltu hann gleði.

Leggeva i cartelli della foresta con la stessa chiarezza con cui un uomo legge un libro.

Hann las merkin í skóginum eins skýrt og maður les bók.

E cercava sempre la strana cosa che lo chiamava.

Og hann leitaði alltaf að því undarlega sem kallaði á hann.

Quella chiamata non si è mai fermata: lo raggiungeva sia da sveglio che nel sonno.

Þetta kall hætti aldrei — það náði til hans hvort sem hann var vakandi eða sofandi.

Una notte si svegliò di soprassalto, con gli occhi acuti e le orecchie tese.

Eina nóttina vakraði hann með hryllingi, augun hvöss og eyrun hátt.

Le sue narici si contrassero mentre la sua criniera si rizzava in onde.

Nös hans kipptust til þegar fax hans stóð eins og öldur.

Dal profondo della foresta giunse di nuovo quel suono, il vecchio richiamo.

Djúpt úr skóginum barst hljóðið aftur, gamla kallið.

Questa volta il suono risuonò chiaro, un ululato lungo, inquietante e familiare.

Að þessu sinni ómaði hljóðið greinilega, langt, ásækið og kunnuglegt úlf.

Era come il verso di un husky, ma dal tono strano e selvaggio.

Það var eins og óp husky-hunds, en undarlegur og villtur í röddu.

Buck riconobbe subito quel suono: lo aveva già sentito molto tempo prima.

Buck þekkti hljóðið strax — hann hafði heyrt nákvæmlega þetta hljóð fyrir löngu síðan.

Attraversò con un balzo l'accampamento e scomparve rapidamente nel bosco.

Hann stökk í gegnum tjaldstæðið og hvarf snögglega inn í skóginn.

Avvicinandosi al suono, rallentò e si mosse con cautela.

Þegar hann nálgaðist hljóðið hægði hann á sér og hreyfði sig varlega.

Presto raggiunse una radura tra fitti pini.

Fljótlega kom hann að rjóðri milli þéttra furutrjáa.

Lì, ritto sulle zampe posteriori, sedeva un lupo grigio alto e magro.

Þar, uppréttur á hækjum sér, sat hár, grannur skógarúlfur.

Il naso del lupo puntava verso il cielo, continuando a riecheggiare il richiamo.

Trýni úlfsins benti til himins, enn að enduróma kallið.

Buck non aveva emesso alcun suono, eppure il lupo si fermò e ascoltò.

Buck hafði ekki gefið frá sér hljóð, en samt stoppaði úlfurinn og hlustaði.

Percependo qualcosa, il lupo si irrigidì e scrutò l'oscurità.

Úlfurinn fann eitthvað, spenntist upp og leitaði í myrkrinu.

Buck si fece avanti furtivamente, con il corpo basso e i piedi ben appoggiati al terreno.

Buck læddist í sjóinn, líkami lágt, fæturnir kyrrir á jörðinni.

La sua coda era dritta e il suo corpo era teso e teso.

Halinn hans var beinn, líkami hans þéttvaxinn af spennu.

Manifestava sia un atteggiamento minaccioso che una sorta di rude amicizia.

Hann sýndi bæði ógn og eins konar grófa vináttu.

Era il saluto cauto tipico delle bestie selvatiche.

Þetta var varkár kveðja sem villidýr deildu.

Ma il lupo si voltò e fuggì non appena vide Buck.

En úlfurinn sneri sér við og flúði um leið og hann sá Buck.

Buck si lanciò all'inseguimento, saltando selvaggiamente, desideroso di raggiungerlo.

Buck elti hann, stökk villt, ákafur að ná honum.

Seguì il lupo in un ruscello secco bloccato da un ingorgo di tronchi.

Hann fylgdi úlfinum inn í þurran læk sem var stíflaður af skógarþröskuldi.

Messo alle strette, il lupo si voltò e rimase fermo.

Í horni snéri úlfurinn sér við og stóð fast á sínu.

Il lupo ringhiò e schioccò i denti come un husky intrappolato in una rissa.

Úlfurinn urraði og skein eins og fastur huskyhundur í slagsmálum.

I denti del lupo schioccarono rapidamente e il suo corpo si irrigidì per la furia selvaggia.

Tennur úlfsins smelltu hratt, líkami hans stirðnaði af villtri reiði.

Buck non attaccò, ma girò intorno al lupo con attenta cordialità.

Buck réðst ekki á heldur gekk í kringum úlfinn af varkárri vinsemd.

Cercò di bloccargli la fuga con movimenti lenti e innocui.

Hann reyndi að koma í veg fyrir flótta sinn með hægum, skaðlausum hreyfingum.

Il lupo era cauto e spaventato: Buck lo superava di peso tre volte.

Úlfurinn var varkár og hræddur — Buck var þrisvar sinnum sterkari en hann.

La testa del lupo arrivava a malapena all'altezza della spalla massiccia di Buck.

Höfuð úlfsins náði varla upp að stórum öxl Bucks.

Il lupo, attento a individuare un varco, si lanciò e l'inseguimento ricominciò.

Úlfurinn leitaði að gati, hljóp á brott og eftirförin hófst á ný.

Buck lo mise alle strette più volte e la danza si ripeté.

Nokkrum sinnum þrýsti Buck honum í horn og dansinn endurtók sig.

Il lupo era magro e debole, altrimenti Buck non avrebbe potuto catturarlo.

Úlfurinn var magur og veikburða, annars hefði Buck ekki getað gripið hann.

Ogni volta che Buck si avvicinava, il lupo si girava di scatto e lo affrontava spaventato.

Í hvert sinn sem Buck nálgaðist sneri úlfurinn sér við og horfði á hann í ótta.

Poi, alla prima occasione, si precipitò di nuovo nel bosco.

Svo við fyrsta tækifæri hljóp hann aftur út í skóginn.

Ma Buck non si arrese e alla fine il lupo imparò a fidarsi di lui.

En Buck gafst ekki upp og að lokum fór úlfurinn að treysta honum.

Annusò il naso di Buck e i due diventarono giocosi e attenti.

Hann þefaði af nefi Bucks og þeir tveir urðu léttlyndir og vakandi.

Giocavano come animali selvaggi, feroci ma timidi nella loro gioia.

Þau léku sér eins og villidýr, grimm en feimin í gleði sinni.

Dopo un po' il lupo trotterellò via con calma e decisione.

Eftir smá stund skokkaði úlfurinn af stað með rólegum ásetningi.

Dimostrò chiaramente a Buck che intendeva essere seguito.

Hann sýndi Buck greinilega að hann ætlaði sér að vera elti.

Correvano fianco a fianco nel buio della sera.

Þau hlupu hlið við hlið gegnum dimman sólsetur.

Seguirono il letto del torrente fino alla gola rocciosa.

Þau fylgdu lækjarfarveginum upp í grýtta gljúfrið.

Attraversarono un freddo spartiacque nel punto in cui aveva avuto origine il fiume.

Þau fóru yfir kalda kjörgjá þar sem straumurinn hafði byrjað.

Sul pendio più lontano trovarono un'ampia foresta e molti corsi d'acqua.

Á fjær hlíðinni fundu þeir víðáttumikinn skóg og margar læki.

Corsero per ore senza fermarsi attraverso quella terra immensa.

Um þetta víðáttumikla land hlupu þau klukkustundum saman án þess að stoppa.

Il sole saliva sempre più alto, l'aria si faceva calda, ma loro continuavano a correre.

Sólin reis hærra, loftið hlýnaði, en þau hlupu áfram.

Buck era pieno di gioia: sapeva di aver risposto alla sua chiamata.

Buck var fullur gleði — hann vissi að hann var að svara kalli sínu.

Corse accanto al fratello della foresta, più vicino alla fonte della chiamata.

Hann hljóp við hlið skógarbróður síns, nær upptökum kallsins.

I vecchi sentimenti ritornano, potenti e difficili da ignorare.

Gamlar tilfinningar komu aftur, sterkar og erfitt að hunsa.

Queste erano le verità nascoste nei ricordi dei suoi sogni.

Þetta voru sannleikarnir á bak við minningarnar úr draumum hans.

Tutto questo lo aveva già fatto in un mondo lontano e oscuro.

Hann hafði gert allt þetta áður í fjarlægum og skuggalegum heimi.

Questa volta lo fece di nuovo, scatenandosi con il cielo aperto sopra di lui.

Nú gerði hann þetta aftur, hljóp villt út um opinn himininn fyrir ofan.

Si fermarono presso un ruscello per bere l'acqua fredda che scorreva.

Þau stöðvuðust við læk til að drekka úr köldu, rennandi vatninu.

Mentre beveva, Buck si ricordò improvvisamente di John Thornton.

Þegar hann drakk mundi Buck skyndilega eftir John Thornton.

Si sedette in silenzio, lacerato dal sentimento di lealtà e dalla chiamata.

Hann settist niður þögull, klofinn í sundur af togi hollustunnar og köllunarinnar.

Il lupo continuò a trottare, ma tornò indietro per incitare Buck ad andare avanti.

Úlfurinn trakk áfram en kom aftur til að hvetja Buck áfram.

Gli annusò il naso e cercò di convincerlo con gesti gentili.

Hann þefaði á nefinu og reyndi að lokka hann með mjúkum bendingum.

Ma Buck si voltò e riprese a tornare indietro per la strada da cui era venuto.

En Buck sneri sér við og hélt áfram sömu leið og hann kom.

Il lupo gli corse accanto per molto tempo, guaindo piano.

Úlfurinn hljóp við hlið hans lengi og kveinaði lágt.

Poi si sedette, alzò il naso ed emise un lungo ululato.

Svo settist hann niður, lyfti nefinu og kveinaði langt.

Era un grido lugubre, che si addolcì mentre Buck si allontanava.

Það var dapurlegt grát, sem mildaðist er Buck gekk í burtu.

Buck ascoltò mentre il suono del grido svaniva lentamente nel silenzio della foresta.

Buck hlustaði á meðan ópið hvarf hægt og rólega í þögn skógarins.

John Thornton stava cenando quando Buck irruppe nell'accampamento.

John Thornton var að borða kvöldmat þegar Buck ruddist inn í tjaldbúðirnar.

Buck gli saltò addosso selvaggiamente, leccandolo, mordendolo e facendolo rotolare.

Buck stökk á hann eins og villtur maður, sleikti hann, beit og velti honum um koll.

Lo fece cadere, gli saltò sopra e gli baciò il viso.

Hann velti honum um koll, klifraði ofan á hann og kyssti hann á andlitið.

Thornton lo definì con affetto "fare il buffone".

Thornton kallaði þetta að „leika almennan fífl" af ástúð.

Nel frattempo, imprecava dolcemente contro Buck e lo scuoteva avanti e indietro.

Allan tímann formælti hann Buck blíðlega og hristi hann fram og til baka.

Per due interi giorni e due notti, Buck non lasciò l'accampamento nemmeno una volta.

Í tvo heila daga og nætur yfirgaf Buck aldrei búðirnar.

Si teneva vicino a Thornton e non lo perdeva mai di vista.

Hann hélt sig nálægt Thornton og lét hann aldrei úr augsýn.

Lo seguiva mentre lavorava e lo osservava mentre mangiava.

Hann fylgdi honum á meðan hann vann og horfði á hann á meðan hann borðaði.

Di notte vedeva Thornton avvolto nelle sue coperte e ogni mattina lo vedeva uscire.

Hann sá Thornton ofan í teppi sín á kvöldin og úti á hverjum morgni.

Ma presto il richiamo della foresta ritornò, più forte che mai.

En fljótlega kom skógarkallið aftur, háværara en nokkru sinni fyrr.

Buck si sentì di nuovo irrequieto, agitato dal pensiero del lupo selvatico.

Buck varð órólegur aftur, hrærður við hugsanir um villta úlfinn.

Ricordava la terra aperta e le corse fianco a fianco.

Hann mundi eftir opna landinu og því að hlaupa hlið við hlið.

Ricominciò a vagare nella foresta, solo e vigile.

Hann byrjaði að reika inn í skóginn á ný, einn og vakandi.

Ma il fratello selvaggio non tornò e l'ululato non fu udito.

En villibróðurinn sneri ekki aftur og úlfurinn heyrðist ekki.

Buck cominciò a dormire all'aperto, restando lontano anche per giorni interi.

Buck byrjaði að sofa úti og var fjarri í marga daga í senn.

Una volta attraversò l'alto spartiacque dove aveva origine il torrente.

Einu sinni fór hann yfir háa kjörsvæðið þar sem lækurinn hafði byrjað.

Entrò nella terra degli alberi scuri e dei grandi corsi d'acqua.

Hann gekk inn í land dökkra viðarins og breiðra, rennandi lækja.

Vagò per una settimana alla ricerca di tracce del fratello selvaggio.

Í heila viku flakkaði hann um, leitandi að merkjum um villta bróðurinn.

Uccideva la propria carne e viaggiava a passi lunghi e instancabili.

Hann slátraði sínu eigin kjöti og ferðaðist löngum, óþreytandi skrefum.

Pescò salmoni in un ampio fiume che arrivava fino al mare.

Hann veiddi lax í breiðri á sem rann til sjávar.

Lì lottò e uccise un orso nero reso pazzo dagli insetti.

Þar barðist hann við svartan björn sem var orðinn brjálaður af skordýrum og drap hann.

L'orso stava pescando e corse alla cieca tra gli alberi.

Björninn hafði verið að veiða og hljóp blint gegnum trén.

La battaglia fu feroce e risvegliò il profondo spirito combattivo di Buck.

Bardaginn var hörð og vakti djúpan baráttuanda Bucks.

Due giorni dopo, Buck tornò e trovò dei ghiottoni nei pressi della sua preda.

Tveimur dögum síðar kom Buck aftur og fann jarfa við bráð sína.

Una dozzina di loro litigarono furiosamente e rumorosamente per la carne.

Tylft þeirra rifust um kjötið í hávaðasömum reiði.

Buck caricò e li disperse come foglie al vento.

Buck réðst á og dreifði þeim eins og laufum í vindinum.

Due lupi rimasero indietro: silenziosi, senza vita e immobili per sempre.

Tveir úlfar urðu eftir — þöglir, líflausir og hreyfingarlausir að eilífu.

La sete di sangue divenne più forte che mai.

Blóðþorstinn varð sterkari en nokkru sinni fyrr.

Buck era un cacciatore, un assassino, che si nutriva di creature viventi.

Buck var veiðimaður, morðingi, sem nærist á lifandi verum.

Sopravvisse da solo, affidandosi alla sua forza e ai suoi sensi acuti.

Hann lifði af einn, treystandi á styrk sinn og skarpa skynsemi.

Prosperava nella natura selvaggia, dove solo i più forti potevano sopravvivere.

Hann dafnaði í náttúrunni, þar sem aðeins þeir hörðustu gátu lifað.

Da ciò nacque un grande orgoglio che riempì tutto l'essere di Buck.

Upp frá þessu reis upp mikill stoltur og fyllti alla veru Bucks.

Il suo orgoglio traspariva da ogni passo, dal fremito di ogni muscolo.

Stolt hans birtist í hverju skrefi hans, í öldunni í hverjum vöðva.

Il suo orgoglio era evidente, come si vedeva dal suo comportamento.

Stolt hans var eins skýrt og mál, sást á því hvernig hann bar sig.

Persino il suo spesso mantello appariva più maestoso e splendeva di più.

Jafnvel þykkur feldurinn hans leit tignarlegri út og glóði bjartara.

Buck avrebbe potuto essere scambiato per un lupo grigio gigante.

Buck gæti hafa verið ruglaður saman við risavaxinn skógarúlf.

A parte il marrone sul muso e le macchie sopra gli occhi.

Nema hvað hann er brúnn á trýninu og blettir fyrir ofan augun.

E la striscia bianca di pelo che gli correva lungo il centro del petto.

Og hvíta loðröndin sem lá niður eftir miðjum bringu hans.

Era addirittura più grande del più grande lupo di quella feroce razza.

Hann var jafnvel stærri en stærsti úlfurinn af þessari grimmdu kynstofni.

Suo padre, un San Bernardo, gli ha trasmesso la stazza e la corporatura robusta.

Faðir hans, sem var Bernharðshundur, gaf honum stærð og þungan líkama.

Sua madre, una pastorella, plasmò quella mole conferendole la forma di un lupo.

Móðir hans, sem var fjárhirðir, mótaði þennan massa í úlfslíka mynd.

Aveva il muso lungo di un lupo, anche se più pesante e largo.

Hann hafði langan trýni eins og úlfur, þótt hann væri þyngri og breiðari.

La sua testa era quella di un lupo, ma di dimensioni enormi e maestose.

Höfuð hans var úlfs, en smíðað í gríðarlegum og tignarlegum mæli.

L'astuzia di Buck era l'astuzia del lupo e della natura selvaggia.

Slægð Bucks var slægð úlfsins og villidýranna.

La sua intelligenza gli venne sia dal Pastore Tedesco che dal San Bernardo.

Greind hans kom bæði frá þýska fjárhundinum og Sankti Bernharði.

Tutto ciò, unito alla dura esperienza, lo rese una creatura temibile.

Allt þetta, ásamt erfiðri reynslu, gerði hann að ógnvekjandi veru.

Era formidabile quanto qualsiasi animale che vagasse nelle terre selvagge del nord.

Hann var jafn ógnvekjandi og hvaða dýr sem reikaði um norðurlöndin.

Nutrendosi solo di carne, Buck raggiunse l'apice della sua forza.

Buck lifði eingöngu á kjöti og náði hámarki styrks síns.

Trasudava potenza e forza maschile in ogni fibra del suo corpo.

Hann barst yfir af krafti og karlmannlegum krafti í hverjum einasta trefja af sér.

Quando Thornton gli accarezzò la schiena, i peli brillarono di energia.

Þegar Thornton strauk honum um bakið glitruðu hárin af orku.

Ogni capello scricchiolava, carico del tocco di un magnetismo vivente.

Hvert hár sprakkaði, hlaðið snertingu lifandi segulmagnaðs.

Il suo corpo e il suo cervello erano sintonizzati sulla tonalità più fine possibile.

Líkami hans og heili voru stillt á besta mögulega tónhæð.

Ogni nervo, ogni fibra e ogni muscolo lavoravano in perfetta armonia.

Sérhver taug, þráður og vöðvi störfuðu í fullkominni samhljóm.

A qualsiasi suono o visione che richiedesse un intervento, rispondeva immediatamente.

Við hverju hljóði eða sjón sem þurfti að bregðast við, brást hann samstundis við.

Se un husky saltava per attaccare, Buck poteva saltare due volte più velocemente.

Ef husky-hundur stökk til árásar, gæti Buck stokkið tvöfalt hraðar.

Reagì più rapidamente di quanto gli altri potessero vedere o sentire.

Hann brást hraðar við en aðrir gátu jafnvel séð eða heyrt.

Percezione, decisione e azione avvennero tutte in un unico, fluido istante.

Skynjun, ákvörðun og aðgerð komu allt í einni fljótandi augnabliki.

In realtà si tratta di atti separati, ma troppo rapidi per essere notati.

Í raun voru þessar athafnir aðskildar en of fljótar til að taka eftir þeim.

Gli intervalli tra questi atti erano così brevi che sembravano uno solo.

Svo stutt voru bilin á milli þessara athafna að þau virtust vera ein heild.

I suoi muscoli e il suo essere erano come molle strettamente avvolte.

Vöðvar hans og vera voru eins og þéttvaxnir gormar.

Il suo corpo traboccava di vita, selvaggia e gioiosa nella sua potenza.

Líkami hans iðaði af lífi, villtur og gleðilegur í krafti sínum.

A volte aveva la sensazione che la forza stesse per esplodere completamente dentro di lui.

Stundum fannst honum eins og krafturinn myndi springa úr honum alveg.

"Non c'è mai stato un cane simile", disse Thornton un giorno tranquillo.

„Aldrei hefur slíkur hundur verið til," sagði Thornton einn kyrrlátan dag.

I soci osservarono Buck uscire fiero dall'accampamento.

Félagarnir horfðu á Buck ganga stoltur út úr búðunum.

"Quando è stato creato, ha cambiato il modo in cui un cane può essere", ha detto Pete.

„Þegar hann varð til breytti hann því hvernig hundur getur verið," sagði Pete.

"Per Dio! Lo penso anch'io", concordò subito Hans.

„Við Jesú! Ég held það sjálfur," samþykkti Hans fljótt.

Lo videro allontanarsi, ma non il cambiamento che avvenne dopo.

Þau sáu hann ganga burt, en ekki breytinguna sem kom á eftir.

Non appena entrò nel bosco, Buck si trasformò completamente.

Um leið og hann kom inn í skóginn umbreytist Buck gjörsamlega.

Non marciava più, ma si muoveva come uno spettro selvaggio tra gli alberi.

Hann gekk ekki lengur, heldur færði sig eins og villtur draugur meðal trjánna.

Divenne silenzioso, come un gatto, un bagliore che attraversava le ombre.

Hann þagnaði, eins og köttur, eins og blikur sem leið gegnum skuggana.

Usava la copertura con abilità, strisciando sulla pancia come un serpente.

Hann notaði skjól af list og skreið á maganum eins og snákur.

E come un serpente, sapeva balzare in avanti e colpire in silenzio.

Og eins og snákur gat hann stokkið fram og höggvið í þögn.

Potrebbe rubare una pernice bianca direttamente dal suo nido nascosto.

Hann gæti stolið rjúpu beint úr földu hreiðri hennar.

Uccideva i conigli addormentati senza emettere alcun suono.

Hann drap sofandi kanínur án þess að gefa eitt einasta hljóð.

Riusciva a catturare gli scoiattoli a mezz'aria anche se fuggivano troppo lentamente.

Hann gat gripið íkorna í loftinu þar sem þeir flúðu of hægt.

Nemmeno i pesci nelle pozze riuscivano a sfuggire ai suoi attacchi improvvisi.

Jafnvel fiskar í pollum gátu ekki sloppið við skyndileg áföll hans.

Nemmeno i furbi castori impegnati a riparare le dighe erano al sicuro da lui.

Ekki einu sinni klárir bebrar sem voru að gera við stíflur voru óhultir fyrir honum.

Uccideva per nutrirsi, non per divertirsi, ma preferiva uccidere le proprie vittime.

Hann drap sér til matar, ekki til gamans — en hafði mest gaman af sínum eigin drápum.

Eppure, un umorismo subdolo permeava alcune delle sue cacce silenziose.

Samt sem áður var lúmskur húmor í gegnum sumar af þöglu veiðum hans.

Si avvicinò furtivamente agli scoiattoli, solo per lasciarli scappare.

Hann læddist nærri íkornum, bara til að láta þá sleppa.

Stavano per fuggire tra gli alberi, chiacchierando con rabbia e paura.

Þau ætluðu að flýja til trjánna, spjallandi af óttafullri reiði.

Con l'arrivo dell'autunno, le alci cominciarono ad apparire in numero maggiore.

Þegar haustið skall á fóru elgir að birtast í auknum mæli.

Si spostarono lentamente verso le basse valli per affrontare l'inverno.

Þau færðu sig hægt og rólega niður í lágu dalina til að takast á við veturinn.

Buck aveva già abbattuto un giovane vitello randagio.

Buck hafði þegar fellt einn ungan, týndan kálf.

Ma lui desiderava ardentemente affrontare prede più grandi e pericolose.

En hann þráði að horfast í augu við stærri og hættulegri bráð.

Un giorno, sul crinale, alla sorgente del torrente, trovò la sua occasione.

Dag einn á kjörstaðnum, við upptök lækjarins, fann hann tækifærið sitt.

Una mandria di venti alci era giunta da terre boscose.

Tuttugu elghjörð hafði komið yfir frá skógi vöxnum löndum.

Tra loro c'era un possente toro, il capo del gruppo.

Meðal þeirra var voldugur naut; leiðtogi hópsins.

Il toro era alto più di due metri e mezzo e appariva feroce e selvaggio.

Nautið var meira en sex fet á hæð og leit grimmilega og villt út.

Lanciò le sue grandi corna, le cui quattordici punte si diramavano verso l'esterno.

Hann kastaði breiðum hornum sínum, fjórtán oddar greinóttu út á við.

Le punte di quelle corna si estendevano per due metri.

Endar þessara horna teygðust sjö fet í þvermál.

I suoi piccoli occhi ardevano di rabbia quando vide Buck lì vicino.

Lítil augu hans brunnu af reiði þegar hann sá Buck þar nærri.

Emise un ruggito furioso, tremando di rabbia e dolore.

Hann lét frá sér æpandi öskur, skjálfandi af reiði og sársauka.

Vicino al suo fianco spuntava la punta di una freccia, appuntita e piumata.

Örvaroddur stóð út við hliðina á honum, fjaðurvaxinn og hvöss.

Questa ferita contribuì a spiegare il suo umore selvaggio e amareggiato.

Þetta sár hjálpaði til við að útskýra grimmilega og bitra skapsveiflu hans.

Buck, guidato dall'antico istinto di caccia, fece la sua mossa.

Buck, leiddur af fornum veiðieðlishvötum, gerði sína ráðstöfun.

Il suo obiettivo era separare il toro dal resto della mandria.

Hann stefndi að því að aðgreina nautið frá restinni af hjörðinni.

Non era un compito facile: richiedeva velocità e una grande astuzia.

Þetta var ekki auðvelt verk — það krafðist hraða og mikillar slægðar.

Abbaiava e danzava vicino al toro, appena fuori dalla sua portata.

Hann gelti og dansaði nálægt nautinu, rétt utan seilingar.

L'alce si lanciò con enormi zoccoli e corna mortali.

Elgurinn stökk fram með risavaxnum hófum og banvænum hornum.

Un colpo avrebbe potuto porre fine alla vita di Buck in un batter d'occhio.

Eitt högg hefði getað eyðilagt líf Bucks á augabragði.

Incapace di abbandonare la minaccia, il toro si infuriò.

Ófær um að yfirgefa ógnina varð nautið brjálað.

Lui caricava con furia, ma Buck riusciva sempre a sfuggirgli.

Hann réðst á í reiði, en Buck laumaðist alltaf undan.

Buck finse di essere debole, allontanandosi ulteriormente dalla mandria.

Buck lét eins og hann væri veikburða og lokkaði hann lengra frá hjörðinni.

Ma i giovani tori sarebbero tornati alla carica per proteggere il capo.

En ungir nautgripir ætluðu að sækja til baka til að vernda leiðtogann.

Costrinsero Buck a ritirarsi e il toro a ricongiungersi al gruppo.

Þeir neyddu Buck til að hörfa og nautið til að sameinast hópnum aftur.

C'è una pazienza nella natura selvaggia, profonda e inarrestabile.

Það er þolinmæði í óbyggðunum, djúp og óstöðvandi.

Un ragno resta immobile nella sua tela per innumerevoli ore.

Könguló bíður hreyfingarlaus í vef sínum í óteljandi klukkustundir.

Un serpente si avvolge su se stesso senza contrarsi e aspetta il momento giusto.

Snákur snýr sér án þess að kippast og bíður þangað til tíminn er kominn.

Una pantera è in agguato, finché non arriva il momento.

Panter liggur í fyrirsát þar til augnablikið rennur upp.

Questa è la pazienza dei predatori che cacciano per sopravvivere.

Þetta er þolinmæði rándýra sem veiða til að lifa af.

La stessa pazienza ardeva dentro Buck mentre gli restava accanto.

Sama þolinmæði brann innra með Buck þegar hann var nálægt.

Rimase vicino alla mandria, rallentandone la marcia e incutendo timore.

Hann hélt sig nálægt hjörðinni, hægði á göngu hennar og vakti ótta.

Provocava i giovani tori e molestava le mucche madri.

Hann stríddi ungu nautin og áreitti kýrnar.

Spinse il toro ferito in una rabbia ancora più profonda e impotente.

Hann rak særða nautið út í dýpri og hjálparvana reiði.

Per mezza giornata il combattimento si trascinò senza alcuna tregua.

Í hálfan dag dróst baráttan áfram án þess að nokkur hvíld fengi sér.

Buck attaccò da ogni angolazione, veloce e feroce come il vento.

Buck réðst á úr öllum áttum, hratt og grimmur eins og vindurinn.

Impedì al toro di riposare o di nascondersi con la mandria.

Hann kom í veg fyrir að nautið hvíldi sig eða feli sig með hjörð sinni.

Buck logorò la volontà dell'alce più velocemente del suo corpo.

Buck þreytti vilja elgsins hraðar en líkami hans.

Il giorno passò e il sole tramontò basso nel cielo a nord-ovest.

Dagurinn leið og sólin sökk lágt á norðvesturhimninum.

I giovani tori tornarono più lentamente per aiutare il loro capo.

Ungu nautarnir sneru hægar aftur til að hjálpa leiðtoganum sínum.

Erano tornate le notti autunnali e il buio durava ormai sei ore.

Haustnæturnar voru komnar aftur og myrkrið varði nú í sex klukkustundir.

L'inverno li spingeva verso valli più sicure e calde.

Veturinn var að þrýsta þeim niður á við, niður í öruggari og hlýrri dali.

Ma non riuscirono comunque a sfuggire al cacciatore che li tratteneva.

En samt gátu þeir ekki flúið veiðimanninn sem hélt þeim til baka.

Era in gioco solo una vita: non quella del branco, ma quella del loro capo.

Aðeins eitt líf var í húfi — ekki líf hjarðarinnar, bara líf leiðtogans.

Ciò rendeva la minaccia lontana e non una loro preoccupazione urgente.

Það gerði ógnina fjarlæga en ekki brýna áhyggjuefni þeirra.

Col tempo accettarono questo prezzo e lasciarono che Buck prendesse il vecchio toro.

Með tímanum samþykktu þeir þennan kostnað og létu Buck taka við gamla nautinu.

Mentre calava il crepuscolo, il vecchio toro rimase in piedi con la testa bassa.

Þegar rökkrið skall á stóð gamli nautinn með höfuðið niður.

Guardò la mandria che aveva guidato svanire nella luce morente.

Hann horfði á hjörðina, sem hann hafði leitt, hverfa í dvínandi ljósinu.

C'erano mucche che aveva conosciuto, vitelli che un tempo aveva generato.

Þar voru kýr sem hann hafði þekkt, kálfar sem hann hafði eitt sinn eignast.

C'erano tori più giovani con cui aveva combattuto e che aveva dominato nelle stagioni passate.

Það voru yngri naut sem hann hafði barist við og stjórnað fyrri tímabil.

Non poteva seguirli, perché davanti a lui era di nuovo accovacciato Buck.

Hann gat ekki fylgt þeim — því að fyrir framan hann kraup Buck aftur.

Il terrore spietato e zannuto gli bloccava ogni via che potesse percorrere.

Hin miskunnarlausa, vígtennta ótti lokaði fyrir allar leiðir sem hann gæti farið.

Il toro pesava più di trecento chili di potenza densa.

Nautið vó meira en þrjú hundruð pund af þéttri afli.

Aveva vissuto a lungo e lottato duramente in un mondo di difficoltà.

Hann hafði lifað lengi og barist hart í heimi baráttunnar.

Eppure, alla fine, la morte gli venne commessa da una bestia molto più bassa di lui.

En nú, að lokum, kom dauðinn frá skepnu langt fyrir neðar honum.

La testa di Buck non arrivò nemmeno alle enormi ginocchia noccate del toro.

Höfuð Bucks náði ekki einu sinni upp að risavaxnum, hnjánum á nautinu.

Da quel momento in poi, Buck rimase con il toro notte e giorno.

Frá þeirri stundu var Buck hjá nautinu dag og nótt.

Non gli dava mai tregua, non gli permetteva mai di brucare o bere.

Hann gaf honum aldrei hvíld, leyfði honum aldrei að beita mat eða drekka.

Il toro cercò di mangiare giovani germogli di betulla e foglie di salice.

Nautið reyndi að éta unga birkisprota og víðilauf.

Ma Buck lo scacciò, sempre all'erta e sempre all'attacco.

En Buck rak hann í burtu, alltaf vakandi og alltaf að ráðast á.

Anche nei torrenti che scorrevano, Buck bloccava ogni assetato tentativo.

Jafnvel við síandi læki kom Buck í veg fyrir allar þyrstar tilraunir.

A volte, in preda alla disperazione, il toro fuggiva a tutta velocità.

Stundum, í örvæntingu, flúði nautið á fullum hraða.

Buck lo lasciò correre, avanzando tranquillamente dietro di lui, senza mai allontanarsi troppo.

Buck lét hann hlaupa, skokkaði rólega rétt á eftir honum, aldrei langt í burtu.

Quando l'alce si fermò, Buck si sdraiò, ma rimase pronto.

Þegar elgurinn nam staðar lagðist Buck niður en var reiðubúinn.

Se il toro provava a mangiare o a bere, Buck colpiva con tutta la sua furia.

Ef nautið reyndi að borða eða drekka, þá sló Buck til af allri sinni heift.

La grande testa del toro si abbassava sotto le enormi corna.

Stóri höfuð nautsins laut lægra undir víðáttumiklum hornunum.

Il suo passo rallentò, il trotto divenne pesante, un'andatura barcollante.

Hann hægði á sér skokkið varð þungt; stamandi skref.

Spesso restava immobile con le orecchie abbassate e il naso rivolto verso il terreno.

Hann stóð oft kyrr með niðurbeygð eyru og nefið niður að jörðinni.

In quei momenti Buck si prese del tempo per bere e riposare.

Á þessum stundum gaf Buck sér tíma til að drekka og hvíla sig.

Con la lingua fuori e gli occhi fissi, Buck sentì che la terra stava cambiando.

Með tunguna úti, augun föst, fann Buck að landið var að breytast.

Sentì qualcosa di nuovo muoversi nella foresta e nel cielo.

Hann fann eitthvað nýtt hreyfast um skóginn og himininn.

Con il ritorno delle alci tornarono anche altre creature selvatiche.

Þegar elgarnir komu aftur, gerðu aðrar dýr úr náttúrunni það líka.

La terra sembrava viva di una presenza invisibile ma fortemente nota.

Landið fannst lifandi með nærveru, óséð en sterklega þekkt.

Buck non lo sapeva tramite l'udito, la vista o l'olfatto.

Það var hvorki með hljóði, sjón né lykt sem Buck vissi þetta.

Un sentimento più profondo gli diceva che nuove forze erano in movimento.

Dýpri tilfinning sagði honum að nýir kraftar væru á ferðinni.

Una strana vita si agitava nei boschi e lungo i corsi d'acqua.

Undarlegt líf hrærðist í skóginum og meðfram lækjunum.

Decise di esplorare questo spirito una volta completata la caccia.

Hann ákvað að kanna þennan anda eftir að veiðinni væri lokið.

Il quarto giorno, Buck riuscì finalmente a catturare l'alce.

Á fjórða degi náði Buck loksins að fella elginn.

Rimase nei pressi della preda per un giorno e una notte interi, nutrendosi e riposandosi.

Hann dvaldi við drápsveininn allan daginn og nóttina, át og hvíldi sig.

Mangiò, poi dormì, poi mangiò ancora, finché non fu forte e sazio.

Hann át, svaf svo og át svo aftur, þar til hann var orðinn sterkur og saddur.

Quando fu pronto, tornò indietro verso l'accampamento e Thornton.

Þegar hann var tilbúinn sneri hann sér aftur í átt að tjaldbúðunum og Thornton.

Con passo costante iniziò il lungo viaggio di ritorno verso casa.

Með jöfnum hraða hóf hann hina löngu heimferð.

Correva con la sua andatura instancabile, ora dopo ora, senza mai smarrirsi.

Hann hljóp óþreytandi, klukkustund eftir klukkustund, án þess að villast eitt einasta sinn.

Attraverso terre sconosciute, si muoveva dritto come l'ago di una bussola.

Um óþekkt lönd ferðaðist hann eins og áttaviti.

Il suo senso dell'orientamento faceva sembrare deboli, al confronto, l'uomo e la mappa.

Stefnuskyn hans lét mann og kort virðast veik í samanburði.

Mentre Buck correva, sentiva sempre più forte l'agitazione nella terra selvaggia.

Þegar Buck hljóp, fann hann enn sterkar fyrir óróanum í óbyggðunum.

Era un nuovo tipo di vita, diverso da quello dei tranquilli mesi estivi.

Þetta var ný tegund lífs, ólíkt því sem var á kyrrlátu sumarmánuðunum.

Questa sensazione non giungeva più come un messaggio sottile o distante.

Þessi tilfinning kom ekki lengur sem lúmsk eða fjarlæg skilaboð.

Ora gli uccelli parlavano di questa vita e gli scoiattoli chiacchieravano.

Nú töluðu fuglarnir um þetta líf og íkornarnir spjölluðu um það.

Persino la brezza sussurrava avvertimenti tra gli alberi silenziosi.

Jafnvel gola hvíslaði viðvörunum í gegnum þöglu trén.

Più volte si fermò ad annusare l'aria fresca del mattino.

Nokkrum sinnum stoppaði hann og innsveigði ferska morgunloftið.

Lì lesse un messaggio che lo fece fare un balzo in avanti più velocemente.

Hann las þar skilaboð sem fengu hann til að stökkva hraðar áfram.

Fu pervaso da un forte senso di pericolo, come se qualcosa fosse andato storto.

Þung hættutilfinning fyllti hann, eins og eitthvað hefði farið úrskeiðis.

Temeva che la calamità stesse per arrivare, o che fosse già arrivata.

Hann óttaðist að ógæfa væri í nánd – eða væri þegar komin.

Superò l'ultima cresta ed entrò nella valle sottostante.

Hann fór yfir síðasta hrygginn og inn í dalinn fyrir neðan.

Si muoveva più lentamente, attento e cauto a ogni passo.

Hann gekk hægar, varkárari og varkárari með hverju skrefi.

Dopo tre miglia trovò una pista fresca che lo fece irrigidire.

Þremur mílum í burtu fann hann nýja slóð sem stirðnaði upp í honum.

I peli sul collo si rizzarono e si rizzarono in segno di allarme.

Hárið á hálsi hans rigndi og þyrptist af ótta.

Il sentiero portava dritto all'accampamento dove Thornton aspettava.

Göngustígurinn lá beint að tjaldbúðunum þar sem Thornton beið.

Buck ora si muoveva più velocemente, con passi silenziosi e rapidi.

Buck hreyfði sig hraðar nú, skref hans bæði hljóðlát og hröð.

I suoi nervi si irrigidirono mentre leggeva segnali che altri non avrebbero notato.

Taugar hans hertust þegar hann las merki um að aðrir myndu missa af.

Ogni dettaglio del percorso raccontava una storia, tranne l'ultimo pezzo.

Hvert smáatriði í slóðinni sagði sögu — nema síðasti hlutinn.

Il suo naso gli raccontò della vita che aveva trascorso lì.

Nefið hans sagði honum frá lífinu sem hafði liðið á þennan hátt.

L'odore gli fornì un'immagine mutevole mentre lo seguiva da vicino.

Ilmurinn gaf honum breytilega mynd er hann fylgdi fast á eftir.

Ma la foresta stessa era diventata silenziosa, innaturalmente immobile.

En skógurinn sjálfur hafði orðið hljótt; óeðlilega kyrrlátur.

Gli uccelli erano scomparsi, gli scoiattoli erano nascosti, silenziosi e immobili.

Fuglar voru horfnir, íkornar voru faldir, þöglir og kyrrlátir.

Vide solo uno scoiattolo grigio, sdraiato su un albero morto.

Hann sá aðeins eina gráa íkorna, flata á dauðu tré.

Lo scoiattolo si mimetizzava, rigido e immobile come una parte della foresta.

Íkorninn blandaðist við, stífur og hreyfingarlaus eins og hluti af skóginum.

Buck si muoveva come un'ombra, silenzioso e sicuro tra gli alberi.

Buck hreyfði sig eins og skuggi, þögull og öruggur milli trjánna.

Il suo naso si mosse di lato come se fosse stato tirato da una mano invisibile.

Nef hans kipptist til hliðar eins og ósýnileg hönd hefði togað í hann.

Si voltò e seguì il nuovo odore nel profondo di un boschetto.

Hann sneri sér við og fylgdi nýja lyktinni djúpt inn í runnann.

Lì trovò Nig, steso morto, trafitto da una freccia.

Þar fann hann Nig, liggjandi látinn, stunginn í gegn af ör.

La freccia gli attraversò il corpo, lasciando ancora visibili le piume.

Skaftið fór í gegnum líkama hans, fjaðrirnar enn sjáanlegar.

Nig si era trascinato fin lì, ma era morto prima di riuscire a raggiungere i soccorsi.

Nig hafði dregið sig þangað en lést áður en hann náði til hjálpar.

Cento metri più avanti, Buck trovò un altro cane da slitta.

Hundrað metrum lengra fann Buck annan sleðahund.

Era un cane che Thornton aveva comprato a Dawson City.
Þetta var hundur sem Thornton hafði keypt heima í Dawson
City.
Il cane lottava con tutte le sue forze, dimenandosi
violentemente sul sentiero.
Hundurinn var í dauðabáráttu, þrýstist hart á slóðina.
Buck gli passò accanto senza fermarsi, con gli occhi fissi
davanti a sé.
Buck gekk fram hjá honum, stoppaði ekki, augun beint fram
fyrir sig.
Dalla direzione dell'accampamento proveniva un canto
lontano e ritmico.
Frá búðunum barst fjarlægur, taktfastur söngur.
Le voci si alzavano e si abbassavano con un tono strano,
inquietante, cantilenante.
Raddir hækkaði og lækkaði í undarlegum, óhugnanlegum,
syngjandi tón.
Buck strisciò in silenzio fino al limite della radura.
Buck skreið þegjandi fram að brún skógarins.
Lì vide Hans disteso a faccia in giù, trafitto da numerose
frecce.
Þar sá hann Hans liggja á grúfu, stunginn af mörgum örvum.
Il suo corpo sembrava quello di un porcospino, irto di
penne.
Líkami hans leit út eins og broddgeltur, þöktur fjaðruðum
skaftum.
Nello stesso momento, Buck guardò verso la capanna in
rovina.
Á sama augnabliki leit Buck í átt að rústunum í skálanum.
Quella vista gli fece rizzare i capelli sul collo e sulle spalle.
Sjónin stirðnaði hárið á hálsi hans og öxlum.
Un'ondata di rabbia selvaggia travolse tutto il corpo di Buck.
Stormur af villimannlegri reiði gekk um allan líkama Bucks.
Ringhiò forte, anche se non ne era consapevole.
Hann urraði hátt, þótt hann vissi ekki að hann hefði gert það.
Il suono era crudo, pieno di una furia terrificante e
selvaggia.

Hljóðið var hrátt, fullt af ógnvekjandi, grimmilegri reiði.
Per l'ultima volta nella sua vita, Buck perse la ragione a causa delle emozioni.
Í síðasta sinn á ævinri missti Buck skynsemina fyrir tilfinningum.
Fu l'amore per John Thornton a spezzare il suo attento controllo.
Það var ástin til John Thornton sem rauf vandlega stjórn hans.
Gli Yeehats ballavano attorno alla baita in legno di abete rosso distrutta.
Yeehat-fjölskyldan var að dansa í kringum hrunda grenihúsið.
Poi si udì un ruggito e una bestia sconosciuta si lanciò verso di loro.
Þá heyrðist öskur — og óþekkt skepna réðst á þau.
Era Buck: una furia in movimento, una tempesta vivente di vendetta.
Það var Buck; heift í hreyfingu; lifandi hefndarstormur.
Si gettò in mezzo a loro, folle di voglia di uccidere.
Hann kastaði sér inn á meðal þeirra, brjálaður af þörf til að drepa.
Si lanciò contro il primo uomo, il capo Yeehat, e colpì nel segno.
Hann stökk á fyrsta manninn, höfðingjann Yeehat, og sló til.
La sua gola era squarciata e il sangue schizzava a fiotti.
Háls hans var rifinn opinn og blóð spúaði í læk.
Buck non si fermò, ma con un balzo squarciò la gola dell'uomo successivo.
Buck stoppaði ekki, heldur reif næsta mann í háls með einu stökki.
Era inarrestabile: squarciava, tagliava, non si fermava mai a riposare.
Hann var óstöðvandi — reif, hjó, stoppaði aldrei til að hvíla sig.
Si lanciò e balzò così velocemente che le loro frecce non riuscirono a toccarlo.
Hann þaut og stökk svo hratt að örvar þeirra náðu ekki til hans.

Gli Yeehats erano in preda al panico e alla confusione.
Yeehat-fjölskyldan var föst í eigin ótta og rugli.
Le loro frecce non colpirono Buck e si colpirono tra loro.
Örvar þeirra hittu hvor aðra í staðinn, misstu af Buck.
Un giovane scagliò una lancia contro Buck e colpì un altro uomo.
Einn unglingur kastaði spjóti að Buck og hitti annan mann.
La lancia gli trapassò il petto e la punta gli trafisse la schiena.
Spjótið stakk í gegnum brjóst hans, oddurinn stakk út úr bakinu.
Il terrore travolse gli Yeehats, che si diedero alla ritirata.
Skelfing greip Yeehat-ættina og þeir hörfuðu algerlega.
Urlarono allo Spirito Maligno e fuggirono nelle ombre della foresta.
Þau öskruðu af illum anda og flúðu inn í skuggana í skóginum.
Buck era davvero come un demone mentre inseguiva gli Yeehats.
Buck var sannarlega eins og djöfull er hann elti Yeehat-fjölskylduna uppi.
Li inseguì attraverso la foresta, abbattendoli come cervi.
Hann elti þá gegnum skóginn og felldi þá eins og hreindýr.
Divenne un giorno di destino e terrore per gli spaventati Yeehats.
Þetta varð dagur örlaga og skelfingar fyrir hina hræddu Yeehats.
Si dispersero sul territorio, fuggendo in ogni direzione.
Þeir dreifðust um landið og flýðu langt í allar áttir.
Passò un'intera settimana prima che gli ultimi sopravvissuti si incontrassero in una valle.
Heil vika leið áður en síðustu eftirlifendurnir hittust í dal.
Solo allora contarono le perdite e raccontarono quanto accaduto.
Þá fyrst töldu þau tap sitt og ræddu um það sem hafði gerst.
Buck, stanco dell'inseguimento, ritornò all'accampamento in rovina.

Eftir að Buck var orðinn þreyttur á eltingarleiknum sneri hann aftur til rústanna í búðunum.

Trovò Pete, ancora avvolto nelle coperte, ucciso nel primo attacco.

Hann fann Pete, enn í teppunum sínum, látinn í fyrstu árásinni.

I segni dell'ultima lotta di Thornton erano visibili nella terra lì vicino.

Merki um síðustu baráttu Thorntons voru merkt í moldinni í nágrenninu.

Buck seguì ogni traccia, annusando ogni segno fino al punto finale.

Buck fylgdi hverju slóð og þefaði af hverju merki að lokum.

Sul bordo di una profonda pozza trovò il fedele Skeet, immobile.

Á barmi djúps polls fann hann trúfasta Skeet, liggjandi kyrr.

La testa e le zampe anteriori di Skeet erano nell'acqua, immobili nella morte.

Höfuð og framloppar Skeet voru í vatninu, hreyfingarlaus í dauða sínum.

La piscina era fangosa e contaminata dai liquidi di scarico delle chiuse.

Sundlaugin var drullug og menguð af afrennsli úr rennslukössunum.

La sua superficie torbida nascondeva ciò che si trovava sotto, ma Buck conosceva la verità.

Skýjað yfirborð þess huldi það sem lá undir, en Buck vissi sannleikann.

Seguì l'odore di Thornton nella piscina, ma non lo portò da nessun'altra parte.

Hann rakti lyktina af Thornton ofan í laugina — en lyktin leiddi hvergi annars staðar.

Non c'era alcun odore che provenisse, solo il silenzio dell'acqua profonda.

Enginn lykt leiddi út — aðeins þögn djúps vatns.

Buck rimase tutto il giorno vicino alla piscina, camminando avanti e indietro per l'accampamento, addolorato.

Allan daginn dvaldi Buck við tjörnina og gekk sorgmæddur um búðirnar.

Vagava irrequieto o sedeva immobile, immerso nei suoi pensieri.

Hann reikaði órólegur eða sat kyrr, niðursokkinn í þungar hugsanir.

Conosceva la morte, la fine della vita, la scomparsa di ogni movimento.

Hann þekkti dauðann; endi lífsins; hvarf allrar hreyfingar.

Capì che John Thornton se n'era andato e non sarebbe mai più tornato.

Hann skildi að John Thornton væri farinn og myndi aldrei koma aftur.

La perdita lasciò in lui un vuoto che pulsava come la fame.

Tapið skildi eftir tómarúm í honum sem pulsaði eins og hungur.

Ma questa era una fame che il cibo non riusciva a placare, non importava quanto ne mangiasse.

En þetta var hungur sem matur gat ekki seðjað, sama hversu mikið hann borðaði.

A volte, mentre guardava i cadaveri di Yeehats, il dolore si attenuava.

Stundum, þegar hann horfði á dauða Yeehat-ana, dofnaði sársaukinn.

E poi dentro di lui nacque uno strano orgoglio, feroce e totale.

Og þá reis upp undarlegur stolt innra með honum, grimmur og algjör.

Aveva ucciso l'uomo, la preda più alta e pericolosa di tutte.

Hann hafði drepið manninn, hæsta og hættulegasta leikur allra.

Aveva ucciso in violazione dell'antica legge del bastone e della zanna.

Hann hafði drepið í trássi við hina fornu lög um kylfu og vígtennur.

Buck annusò i loro corpi senza vita, curioso e pensieroso.

Buck þefaði af líflausum líkömum þeirra, forvitinn og hugsi.

Erano morti così facilmente, molto più facilmente di un husky in combattimento.

Þau höfðu dáið svo auðveldlega — miklu auðveldara en huskyhundur í bardaga.

Senza le armi non avrebbero avuto vera forza né avrebbero rappresentato una minaccia.

Án vopna sinna höfðu þeir hvorki raunverulegan styrk né ógn.

Buck non avrebbe più avuto paura di loro, a meno che non fossero stati armati.

Buck myndi aldrei óttast þá framar, nema þeir væru vopnaðir.

Stava attento solo quando portavano clave, lance o frecce.

Aðeins þegar þeir báru kylfur, spjót eða örvar myndi hann varast.

Calò la notte e la luna piena spuntò alta sopra le cime degli alberi.

Nóttin skall á og fullt tungl reis hátt yfir trjátoppana.

La pallida luce della luna avvolgeva la terra in un tenue e spettrale chiarore, come se fosse giorno.

Dauft tunglsljós baðaði landið mjúkum, draugalegum ljóma eins og dagur.

Mentre la notte avanzava, Buck continuava a piangere presso la pozza silenziosa.

Þegar nóttin dýpri syrgði Buck enn við kyrrláta tjörnina.

Poi si accorse di un diverso movimento nella foresta.

Þá varð hann var við aðra hræringu í skóginum.

L'agitazione non proveniva dagli Yeehats, ma da qualcosa di più antico e profondo.

Hræringin kom ekki frá Yeehat-fjölskyldunni, heldur frá einhverju eldra og dýpra.

Si alzò in piedi, drizzò le orecchie e tastò con attenzione la brezza con il naso.

Hann stóð upp, lyfti eyrum og rannsakaði gola vandlega.

Da lontano giunse un debole e acuto grido che squarciò il silenzio.

Langt í burtu heyrðist dauft, hvasst öskur sem rauf þögnina.

Poi un coro di grida simili seguì subito dopo il primo.
Þá fylgdi kór af svipuðum ópum rétt á eftir þeim fyrsta.
Il suono si avvicinava sempre di più, diventando sempre più forte con il passare dei minuti.
Hljóðið nálgaðist og varð háværara með hverri stund sem leið.
Buck conosceva quel grido: proveniva da quell'altro mondo nella sua memoria.
Buck þekkti þetta óp – það kom úr þeim öðrum heimi í minningunni hans.
Si recò al centro dello spazio aperto e ascoltò attentamente.
Hann gekk að miðju opna rýmisins og hlustaði vandlega.
L'appello risuonò più forte che mai, più sentito e più potente che mai.
Kallið hljómaði, margnefnd og kröftugra en nokkru sinni fyrr.
E ora, più che mai, Buck era pronto a rispondere alla sua chiamata.
Og nú, meira en nokkru sinni fyrr, var Buck tilbúinn að svara kalli hans.
John Thornton era morto e in lui non era rimasto alcun legame con l'uomo.
John Thornton var dáinn og engin tengsl við manninn voru enn til staðar í honum.
L'uomo e tutte le pretese umane erano svaniti: era finalmente libero.
Maðurinn og allar kröfur mannsins voru horfnar — hann var loksins frjáls.
Il branco di lupi era a caccia di carne, proprio come un tempo avevano fatto gli Yeehats.
Úlfahópurinn var að elta kjöt eins og Yeehat-fjölskyldan hafði einu sinni gert.
Avevano seguito le alci mentre scendevano dalle terre boscose.
Þeir höfðu elt elgi niður af skógi vöxnum löndum.
Ora, selvaggi e affamati di prede, attraversarono la sua valle.
Nú, villtir og hungraðir í bráð, fóru þeir yfir í dalinn hans.
Giunsero nella radura illuminata dalla luna, scorrendo come acqua argentata.

Inn í tunglsbirtu skógarrjóðrið komu þau, runnu eins og silfurvatn.

Buck rimase immobile al centro, in attesa.

Buck stóð kyrr í miðjunni, hreyfingarlaus og beið eftir þeim.

La sua presenza calma e imponente lasciò il branco senza parole, tanto da farlo restare per un breve periodo in silenzio.

Róleg og stórfengleg nærvera hans skelfdi hópinn og þagnaði stuttlega.

Allora il lupo più audace gli saltò addosso senza esitazione.

Þá stökk djarfasti úlfurinn beint á hann án þess að hika.

Buck colpì rapidamente e spezzò il collo del lupo con un solo colpo.

Buck hjó til og braut hálsinn á úlfinum í einu höggi.

Rimase di nuovo immobile mentre il lupo morente si contorceva dietro di lui.

Hann stóð hreyfingarlaus aftur á meðan deyjandi úlfurinn sneri sér við á eftir honum.

Altri tre lupi attaccarono rapidamente, uno dopo l'altro.

Þrír úlfar til viðbótar réðust hratt á, hver á eftir öðrum.

Ognuno di loro si ritrasse sanguinante, con la gola o le spalle tagliate.

Hver þeirra hörfaði blæðandi, með háls eða axlir skornar í sundur.

Ciò fu sufficiente a scatenare una carica selvaggia da parte dell'intero branco.

Það var nóg til að koma öllum hópnum í villta sókn.

Si precipitarono tutti insieme, troppo impazienti e troppo ammassati per colpire bene.

Þau þustu inn saman of áköf og troðfull til að geta ráðist vel til.

La velocità e l'abilità di Buck gli permisero di anticipare l'attacco.

Hraði og færni Bucks gerði honum kleift að vera á undan sókninni.

Girò sulle zampe posteriori, schioccando i denti e colpendo in tutte le direzioni.

Hann sneri sér á afturfótunum, snarlaði og sló í allar áttir.

Ai lupi sembrò che la sua difesa non si fosse mai aperta o avesse vacillato.

Úlfunum fannst eins og vörn hans hefði aldrei opnast eða bilað.

Si voltò e colpì così velocemente che non riuscirono a raggiungerlo alle spalle.

Hann sneri sér við og hjó svo hratt að þeir komust ekki á eftir honum.

Ciononostante, il loro numero lo costrinse a cedere terreno e a ritirarsi.

Engu að síður neyddi fjöldi þeirra hann til að gefa eftir og hörfa.

Superò la piscina e scese nel letto roccioso del torrente.

Hann gekk fram hjá tjörninni og niður í grýtta lækjarfarveginn.

Lì si imbatté in un ripido pendio di ghiaia e terra.

Þar rakst hann á bratta bakka úr möl og mold.

Si è infilato in un angolo scavato durante i vecchi scavi dei minatori.

Hann lenti í horni sem námuverkamennirnir höfðu skorið við gamla gröft.

Ora, protetto su tre lati, Buck si trovava di fronte solo al lupo frontale.

Nú, varinn á þremur hliðum, stóð Buck aðeins frammi fyrir úlfinum sem var fremst.

Lì rimase in attesa, pronto per la successiva ondata di assalto.

Þar stóð hann í skefjum, tilbúinn fyrir næstu árásarbylgju.

Buck mantenne la posizione con tanta ferocia che i lupi indietreggiarono.

Buck hélt svo fast á sínu að úlfarnir hörfuðu.

Dopo mezz'ora erano sfiniti e visibilmente sconfitti.

Eftir hálftíma voru þeir orðnir þreyttir og greinilega sigraðir.

Le loro lingue pendevano fuori e le loro zanne bianche brillavano alla luce della luna.

Tungur þeirra héngu út, hvítar vígtennur þeirra glitruðu í tunglsljósinu.

Alcuni lupi si sdraiano, con la testa alzata e le orecchie dritte verso Buck.

Nokkrir úlfar lögðust niður, höfðum lyft og eyrum spýtt í átt að Buck.

Altri rimasero immobili, attenti e osservarono ogni suo movimento.

Aðrir stóðu kyrrir, vakandi og fylgdust með hverri hreyfingu hans.

Qualcuno si avvicinò alla piscina e bevve l'acqua fredda.

Nokkrir gengu að sundlauginni og drukku kalt vatn.

Poi un lupo grigio, lungo e magro, si fece avanti furtivamente, con passo gentile.

Þá læddist einn langur, grannur grár úlfur fram á blíðlegan hátt.

Buck lo riconobbe: era il fratello selvaggio di prima.

Buck þekkti hann — það var villibróðirinn frá fyrri tíð.

Il lupo grigio uggiolò dolcemente e Buck rispose con un guaito.

Grái úlfurinn kveinaði lágt og Buck svaraði með kveini.

Si toccarono il naso, silenziosamente, senza timore o minaccia.

Þau snertu nef hvors annars, hljóðlega og án ógnunar eða ótta.

Poi venne un lupo più anziano, scarno e segnato dalle numerose battaglie.

Næst kom eldri úlfur, magur og örmerktur eftir margar bardaga.

Buck cominciò a ringhiare, ma si fermò e annusò il naso del vecchio lupo.

Buck fór að urra, en þagnaði og þefaði af trýni gamla úlfsins.

Il vecchio si sedette, alzò il naso e ululò alla luna.

Sá gamli settist niður, lyfti nefinu og ýlfraði til tunglsins.

Il resto del branco si sedette e si unì al lungo ululato.

Restin af hópnum settist niður og tóku þátt í löngu úlfunum.

E ora la chiamata giunse a Buck, inequivocabile e forte.

Og nú barst kallið til Bucks, óyggjandi og sterkt.

Si sedette, alzò la testa e ululò insieme agli altri.
Hann settist niður, lyfti höfðinu og öskraði með hinum.
Quando l'ululato cessò, Buck uscì dal suo riparo roccioso.
Þegar úlfurinn hætti steig Buck út úr grjótskýlinu sínu.
Il branco si strinse attorno a lui, annusando con gentilezza e cautela.
Hópurinn lokaðist um hann og þefaði bæði vingjarnlega og varlega.
Allora i capi lanciarono un grido e si precipitarono nella foresta.
Þá æptu leiðtogarnir og hlupu af stað inn í skóginn.
Gli altri lupi li seguirono, guaendo in coro, selvaggi e veloci nella notte.
Hinir úlfarnir fylgdu á eftir, æpandi í kór, villtir og hraðir í nóttinni.
Buck corse con loro, accanto al suo selvaggio fratello, ululando mentre correva.
Buck hljóp með þeim, við hlið villta bróður síns, ýlfrandi á hlaupum.

Qui la storia di Buck giunge al termine.
Hér á sagan um Buck vel við að líða undir lok.
Negli anni a seguire, gli Yeehats notarono degli strani lupi.
Á árunum sem fylgdu tóku Yeehat-hjónin eftir undarlegum úlfum.
Alcuni avevano la testa e il muso marroni e il petto bianco.
Sumir voru brúnir á höfði og trýni, hvítir á bringu.
Ma ancora di più temevano la presenza di una figura spettrale tra i lupi.
En enn meira óttuðust þeir draugalega veru meðal úlfanna.
Parlavano a bassa voce del Cane Fantasma, il capo del branco.
Þau töluðu í hvísli um Draugahundinn, leiðtoga hópsins.
Questo Ghost Dog era più astuto del più audace cacciatore di Yeehat.
Þessi Draugahundur var lævísari en djarfasti Yeehat-veiðimaðurinn.

Il cane fantasma rubava dagli accampamenti nel cuore dell'inverno e faceva a pezzi le loro trappole.

Draugahundurinn stal úr búðum í hávetri og reif gildrurnar þeirra í sundur.

Il cane fantasma uccise i loro cani e sfuggì alle loro frecce senza lasciare traccia.

Draugahundurinn drap hundana þeirra og slapp sporlaust undan örvum þeirra.

Perfino i guerrieri più coraggiosi avevano paura di affrontare questo spirito selvaggio.

Jafnvel hugrökkustu stríðsmenn þeirra óttuðust að horfast í augu við þennan villta anda.

No, la storia diventa ancora più oscura con il passare degli anni trascorsi nella natura selvaggia.

Nei, sagan verður enn myrkri eftir því sem árin líða í óbyggðunum.

Alcuni cacciatori scompaiono e non fanno più ritorno ai loro accampamenti lontani.

Sumir veiðimenn hverfa og snúa aldrei aftur í fjarlægar búðir sínar.

Altri vengono trovati con la gola squarciata, uccisi nella neve.

Aðrir finnast rifnir í háls, drepnir í snjónum.

Intorno ai loro corpi ci sono delle impronte più grandi di quelle che un lupo potrebbe mai lasciare.

Í kringum líkama þeirra eru spor — stærri en nokkur úlfur gæti gert.

Ogni autunno, gli Yeehats seguono le tracce dell'alce.

Á hverju hausti fylgja Yeehats slóð elgsins.

Ma evitano una valle perché la paura è scolpita nel profondo del loro cuore.

En þau forðast einn dal með ótta djúpt grafinn í hjörtum sínum.

Si dice che la valle sia stata scelta dallo Spirito Maligno come sua dimora.

Þeir segja að dalurinn hafi verið valinn af Illi andanum sem heimili sitt.

E quando la storia viene raccontata, alcune donne piangono accanto al fuoco.

Og þegar sagan er sögð gráta sumar konur við eldinn.

Ma d'estate, c'è un visitatore che giunge in quella valle sacra e silenziosa.

En á sumrin kemur einn gestur í þennan kyrrláta, helga dal.

Gli Yeehats non lo conoscono e non potrebbero capirlo.

Yeehat-fjölskyldan veit ekki af honum, né skilur hann.

Il lupo è un animale grandioso, ricoperto di gloria, come nessun altro della sua specie.

Úlfurinn er mikill úlfur, þakinn dýrð, ólíkur öllum öðrum sinnar tegundar.

Lui solo attraversa il bosco verde ed entra nella radura della foresta.

Hann einn fer yfir græna trjánna og inn í skógarrjóðrið.

Lì, la polvere dorata contenuta nei sacchi di pelle d'alce si infiltra nel terreno.

Þar síast gullið ryk úr elgskinnasekkjum niður í jarðveginn.

L'erba e le foglie vecchie hanno nascosto il giallo del sole.

Gras og gömul lauf hafa hulið gulu litinn fyrir sólinni.

Qui il lupo resta in silenzio, pensando e ricordando.

Hér stendur úlfurinn þögull, hugsar og minnist.

Urla una volta sola, a lungo e lugubremente, prima di girarsi e andarsene.

Hann ýlfrar einu sinni – langt og dapurlegt – áður en hann snýr sér við til að fara.

Ma non è sempre solo nella terra del freddo e della neve.

Samt er hann ekki alltaf einn í landi kuldans og snjósins.

Quando le lunghe notti invernali scendono sulle valli più basse.

Þegar langar vetrarnætur leggjast yfir neðri dali.

Quando i lupi seguono la selvaggina attraverso il chiaro di luna e il gelo.

Þegar úlfarnir elta villidýrin í tunglsljósi og frosti.

Poi corre in testa al gruppo, saltando in alto e in modo selvaggio.

Svo hleypur hann fremstur í flokknum, hoppar hátt og villt.

La sua figura svetta sulle altre, la sua gola risuona di canto.

Lögun hans gnæfir yfir hinum, hálsinn lifir af söng.

È il canto del mondo più giovane, la voce del branco.

Þetta er söngur yngri heimsins, rödd hópsins.

Canta mentre corre: forte, libero e per sempre selvaggio.

Hann syngur á meðan hann hleypur – sterkur, frjáls og eilíflega villtur.

www.ingramcontent.com/pod-product-compliance
Lightning Source LLC
Chambersburg PA
CBHW011730020426
42333CB00024B/2821